सावित्रीबाई फुले पुणे विद्यापीठाच्या ऑगस्ट २०२३ पासून सुरू झालेल्या एम. ए.
राज्यशास्त्र (प्रशासकीय सिद्धांत) (POL-502 MJ) या विषयाच्या अभ्यासक्रमासाठी
व इतर विद्यापीठांच्या संबंधित अभ्यासक्रमासाठी उपयुक्त पुस्तक

राज्यशास्त्र
(प्रशासकीय सिद्धांत)

(POL-502 MJ)

M. A. - I (Sem. - I)

As per New Education Policy (2020)

Dr. Suresh Devare
(M.A., NET., Ph.D.)
K. J. Somaiya Arts, Commerce and Science College, Kopargaon, Ahmednagar.

Dr. Meghraj Auti
(M.A., SET., NET., Ph.D.)
R. B. Narayanrao Borawake College, Shrirampur, Ahmednagar.

२०२३

SUCCESS PUBLICATIONS

प्रकाशक :
डॉ. राजेश पाटणे
सक्सेस पब्लिकेशन्स
राधाकृष्ण अपार्टमेंट, ५३५ शनिवार पेठ,
आप्पा बळवंत चौक, प्रभात टॉकिज समोर, पुणे ४११ ०३०
फोन नं : ०२०-२४४३४६६२
मोबा. - ९३२५३१५४६४

आवृत्ती
२०२३

संपादक
श्री. वाल्मिक गायकवाड

अक्षरजुळणी :
कु. वर्षा लोखंडे

मुखपृष्ठ :
कु. वर्षा लोखंडे

ISBN NO. **- 978-81-19180-88-2**

प्रस्तावना

सावित्रीबाई फुले पुणे विद्यापीठाच्या एम.ए. या शैक्षणिक वर्षासाठीच्या अभ्यासक्रमात या वर्षापासून सुधारणा करण्यात आली आहे. नवीन शैक्षणिक धोरण २०२० ची अंमलबजावणी करण्यात आली आहे. राज्यशास्त्र (प्रशासकीय सिद्धांत) (POL-502 MJ) या पेपरच्या अभ्यासक्रमात करण्यात आलेल्या सुधारणांची ऑगस्ट २०२३ पासून अंमलबजावणी होत आहे. या सुधारित अभ्यासक्रमासाठी उपयुक्त असलेले पुस्तक आपल्या हाती देताना विशेष आनंद होत आहे. प्रस्तुत पुस्तकात प्रशासकीय सिद्धांताबाबत महत्त्वपूर्ण विवचेन करण्यात आले आहे. त्यामुळे या पुस्तकाचे स्वागत विद्यार्थी व प्राध्यापक करतील हा विश्वास आहे.

प्रस्तुत पुस्तकाच्या सुरूवातीला लोकप्रशासनाच्या अभ्यासाचे प्रमुख दृष्टिकोन आणि सिद्धांत यांचे विस्ताराने स्पष्टीकरण देण्यात आले आहे. व्यवस्था सिद्धांत, तर्कसंगत निवड सिद्धांत, तुलनात्मक लोकप्रशासन, विकास प्रशासन यांचा आढावा घेण्यात आला आहे. जागतिकीकरणाच्या काळात लोकप्रशासनात महत्त्वपूर्ण बदल घडून आले आहेत. नवलोकव्यवस्थापन, उदारीकरण आणि खासगीकरण या संकल्पनांची माहिती जाणून घेण्यात आली आहे. सुशासन, प्रशासकीय भ्रष्ट्राचार, लोकपाल व लोकायुक्त याबाबत विस्ताराने चर्चा करण्यात आली आहे. एकूणच प्रशासकीय सिद्धांतांचे अवलोकन करणारे हे एक उपयुक्त पुस्तक आहे.

पुस्तक लेखनासाठी अनेक संदर्भ ग्रंथांची मदत झाली. पुस्तक लेखनाच्या बाबतीत महाविद्यालयाचे प्राचार्य, व्यवस्थापन सदस्य, सहकारी प्राध्यापक व प्राध्यापकेतर कर्मचारी, अभ्यासमंडळ सदस्य, विविध ग्रंथालयाचे ग्रंथपाल, विविध महाविद्यालयातील प्राध्यापक मित्र यांचे सहकार्य व प्रोत्साहन मिळाले. संदर्भ ग्रंथांच्या लेखकांसहीत इतर सर्वांविषयी आम्ही कृतज्ञता व्यक्त करतो. तसेच पुस्तकाचे प्रकाशक डॉ. राजेश पाटणे व सौ. विद्या पाटणे आणि सक्सेस पब्लिकेशन मधील कर्मचारी वर्ग यांच्याविषयी देखील आम्ही कृतज्ञता व्यक्त करतो.

With best wishes.

By Author

Syllabus

M. A. - I (Sem. - I) Politics

Administrative Theory (ECO - 502 MJ)

Unit	Contents
1.	**Major Approaches to Public Administration** a. Historical Approach b. Bureaucratic Approach c. Decision Making Approach d. Ecological Approach
2.	**Theories of Public Administration** a. System Theory b. Rational Choice Theory c. Comparative Public Administration d. Development Administration
3.	**New Trends in Public Administration** a. New Public Management b. Public Choice approach c. Challenges of Liberalization, d. Challenges of Privatization
4.	**Governance** a. Good Governance b. Problems of Administrative Corruption c. Ombudsman d. Lok Pal, Lok Ayuktta

❖ अनुक्रमणिका ❖

क्र.	प्रकरण	पान नं
१.	लोकप्रशासनाच्या अभ्यासाचे प्रमुख दृष्टिकोन	१.१ ते १.२०
	🕮 १.१ ऐतिहासिक दृष्टिकोन 🕮 १.२ नोकरशाही दृष्टिकोन 🕮 १.३ निर्णण–निर्धारण दृष्टिकोन 🕮 १.४ पर्यावर्णात्मक दृष्टिकोन	
२.	लोकप्रशासनाचे सिद्धांत	२.१ ते २.२२
	🕮 २.१ व्यवस्था सिद्धांत 🕮 २.२ तर्कसंगत निवड सिद्धांत 🕮 २.३ तुलनात्मक लोकप्रशासन 🕮 २.४ विकास प्रशासन	
३.	लोकप्रशासनातील नवीन प्रवाह	३.१ ते ३.१९
	🕮 ३.१ नवलोकव्यवस्थापन 🕮 ३.२ सार्वजनिक निवड दृष्टिकोन 🕮 ३.३ जागतिकीकरण आणि लोकप्रशासन 🕮 ३.४ उदारीकरण आणि लोकप्रशासन 🕮 ३.५ खासगीकरण आणि लोकप्रशासन	
४.	शासन	४.१ ते ४.२१
	🕮 ४.१ सुशासन 🕮 ४.२ प्रशासकीय भ्रष्टाचारीच समस्या 🕮 ४.३ लोकपाल किंवा ऑम्बुडसमन 🕮 ४.४ भारतातील लोकपाल 🕮 ४.४ लोकायुक्त	

लोकप्रशासनाच्या अभ्यासाचे प्रमुख दृष्टिकोन

प्रकरण १

- १.१ ऐतिहासिक दृष्टिकोन
- १.२ नोकरशाही दृष्टिकोन
- १.३ निर्णण-निर्धारण दृष्टिकोन
- १.४ पर्यावर्णात्मक दृष्टिकोन

प्रस्तावना :

आधुनिक काळात लोकप्रशासनाच्या अभ्यासाला स्वतंत्र दर्जा व स्थान प्राप्त झालेले आहे. त्यामुळे लोकप्रशासनाच्या अभ्यासासंदर्भात विविध दृष्टिकोनांची निर्मिती झालेली दिसते. लोकप्रशासनाचा अभ्यास कसा केला पाहिजे. या संदर्भात महत्त्वपूर्ण आधार पुरविण्याचे कार्य हे विविध दृष्टिकोन पार पाडतात. लोकप्रशासनाचा विकास ज्या क्रमाने घडत गेला, त्या क्रमाने वेगवेगळे दृष्टिकोन विकसित झालेले आहेत. त्यामुळे कालमानानुसार या दृष्टिकोनांची विभागणी परंपरागत दृष्टिकोन व आधुनिक दृष्टिकोन अशा दोन प्रकारात केली जाते. लोकप्रशासनाच्या उदयानंतर सुरूवातीच्या काळात लोकप्रशासनाचा अभ्यास ज्या दृष्टिकोनांच्या आधारे केला गेला, त्यांचा उल्लेख परंपरागत दृष्टिकोन म्हणून केला जातो. यात ऐतिहासिक दृष्टिकोन, संस्थापक किंवा वर्णनात्मक दृष्टिकोन, वैधानिक दृष्टिकोन, शास्त्रीय दृष्टीकोन, राजकीय दृष्टिकोन या दृष्टिकोनांचा समावेश होतो. लोकप्रशासनाच्या जडणघडणीत सुरूवातीच्या कालखंडात या दृष्टिकोनांनी महत्त्वाची भूमिका बजावली. मात्र, आधुनिक काळात सर्वच शास्त्रांच्या अभ्यास पद्धतीत बदल घडून आल्यामुळे लोकप्रशासनात देखील आधुनिक पद्धतींचा स्विकार करण्यात आला आहे. प्रामुख्याने दुसऱ्या महायुद्धानंतरच्या काळात लोकप्रशासनाच्या अभ्यासाबाबत आधुनिक दृष्टिकोन उदयास आले. यात रचनात्मक कार्यवादी दृष्टिकोन, वातावरणात्मक दृष्टिकोन, वर्तनवादी दृष्टिकोन, तुलनात्मक दृष्टिकोन, निर्णय निर्धारण दृष्टिकोन यांचा समावेश होतो. लोकप्रशासनास अधिक शास्त्रशुद्ध व वस्तुनिष्ठ स्वरूप प्राप्त करून देण्यात या आधुनिक दृष्टिकोनांनी महत्त्वाची भूमिका बजावली आहे. त्यामुळे त्यांची माहिती जाणून घेणे योग्य ठरेल.

१.१ ऐतिहासिक दृष्टिकोन :

लोकप्रशासनाचा ऐतिहासिक दृष्टीकोन कालांतराने प्रशासकीय प्रणाली आणि पद्धतींचा विकास आणि उत्क्रांतीचा अभ्यास करतो. हे सरकार आणि नोकरशाही कशी विकसित झाली आहे, त्यांची रचना आणि कार्ये कोणत्या घटकांनी आकार दिली आहेत आणि ऐतिहासिक अनुभवांमधून कोणते धडे घेतले जाऊ शकतात हे समजून घेण्याचा प्रयत्न करतो. हा दृष्टिकोन आधुनिक लोकप्रशासनाच्या उत्पत्तीबद्दल आणि विविध ऐतिहासिक संदर्भांमध्ये सरकारांसमोरील आव्हाने आणि संधींबद्दल मौल्यवान अंतर्दृष्टी प्रदान करतो.

१.१.१ ऐतिहासिक दृष्टिकोनाचा अर्थ :

लोकप्रशासनाचा ऐतिहासिक दृष्टीकोन म्हणजे कालांतराने प्रशासकीय प्रणाली, पद्धती आणि संस्थांच्या विकास, उत्क्रांती आणि परिवर्तनाचा अभ्यास करण्यासाठी वापरल्या जाणाऱ्या पद्धतशीर आणि विश्लेषणात्मक संरचनेचा संदर्भ आहे. हा दृष्टिकोन सरकार आणि नोकरशाही कशा विकसित झाल्या आहेत, त्यांच्या संरचना आणि कार्यांवर प्रभाव टाकणारे घटक आणि वर्तमान व भविष्यातील प्रशासकीय पद्धतींची माहिती देण्यासाठी भूतकाळातील अनुभवांमधून जे धडे घेतले जाऊ शकतात ते समजून घेण्यावर केंद्रित आहे. ऐतिहासिक दृष्टीकोन आधुनिक सार्वजनिक प्रशासनाची उत्पत्ती, विविध ऐतिहासिक संदर्भांमध्ये सरकारांसमोरील आव्हाने आणि बदलत्या सामाजिक, राजकीय आणि आर्थिक परिस्थितींशी प्रशासकीय यंत्रणांनी ज्या पद्धती स्वीकारल्या आहेत त्याबद्दल अंतर्दृष्टी प्रदान करण्याचा प्रयत्न करते.

१.१.२ ऐतिहासिक दृष्टिकोनाची वैशिष्ट्ये :

लोकप्रशासनाच्या ऐतिहासिक दृष्टिकोनाची वैशिष्ट्ये खालीलप्रमाणे आहेत :

१) **संदर्भ समज :**

ऐतिहासिक दृष्टीकोन त्यांच्या ऐतिहासिक संदर्भातील प्रशासकीय पद्धती समजून घेण्याच्या महत्त्वावर जोर देतो. सामाजिक, सांस्कृतिक, तांत्रिक आणि आर्थिक घटकांनी प्रशासकीय यंत्रणेच्या विकासाला कसा आकार दिला आणि निर्णय घेण्याच्या प्रक्रियेवर कसा प्रभाव टाकला याचा विचार केला जातो.

२) **प्रशासकीय पद्धतींचा विकास :**

हा दृष्टीकोन प्राचीन सभ्यता आणि पूर्व-आधुनिक समाजांपासून आधुनिक राज्ये आणि समकालीन शासन संरचनांपर्यंत प्रशासकीय पद्धतींच्या उत्क्रांतीचा मागोवा घेतो. बदलत्या गरजा, आव्हाने आणि विचारसरणी यांना प्रशासकीय यंत्रणांनी कोणत्या मार्गांनी प्रतिसाद दिला याचे तो परीक्षण करतो.

३) **भूतकाळातील धडे :**

ऐतिहासिक प्रशासकीय अनुभवांचा अभ्यास करून विद्वान आणि अभ्यासक नमुने, यश आणि अपयश ओळखू शकतात जे सध्याच्या आव्हानांना तोंड देण्यासाठी मौल्यवान अंतर्दृष्टी देतात. हे धडे अधिक प्रभावी आणि प्रतिसादात्मक प्रशासकीय पद्धतींच्या संरचनेची माहिती देऊ शकतात.

४) **कल्पना आणि सिद्धांतांचा प्रभाव :**

ऐतिहासिक दृष्टीकोन प्रशासकीय प्रणालींच्या विकासावर मुख्य कल्पना, सिद्धांत आणि विचारवंतांच्या प्रभावाचा शोध घेतो. नोकरशाही, योग्यता, अधिकारांचे पृथक्करण आणि कार्यक्षमता यासारख्या संकल्पनांनी प्रशासकीय पद्धती आणि संस्थांना कसे आकार दिले आहे याचे परीक्षण केले आहे.

५) **राजकीय आणि सामाजिक बदलाचा परिणाम :**

ऐतिहासिक दृष्टीकोन राजकीय घटना, क्रांती, सामाजिक चळवळी आणि प्रशासकीय प्रणालींवर आर्थिक बदलांचा प्रभाव मान्य करतो. तो ओळखतो की प्रशासनातील बदल अनेकदा व्यापक सामाजिक परिवर्तने प्रतिबिंबित करतात.

६) **सातत्य आणि बदल :**

प्रशासकीय इतिहासाचा अभ्यास करून, संशोधक प्रशासकीय पद्धतींमध्ये सातत्य आणि बदलाची उदाहरणे ओळखू शकतात. हे विश्लेषण कालांतराने कोणत्या पद्धती टिकून राहिल्या आहेत आणि कोणत्या नवीन आव्हानांना प्रतिसाद म्हणून बदलल्या आहेत हे समजण्यास मदत करते.

७) सांस्कृतिक आणि तुलनात्मक विश्लेषण :

ऐतिहासिक दृष्टीकोन विविध संस्कृती, प्रदेश आणि ऐतिहासिक कालखंडातील प्रशासकीय पद्धतींचे परीक्षण करण्यास अनुमती देतो. हे प्रशासकीय प्रणालींमधील समानता आणि फरक आणि त्यांच्या भिन्नतेमध्ये योगदान देणारे घटक ओळखण्यास मदत करते.

८) जटिलता आणि सूक्ष्मता :

प्रशासकीय विकासाची जटिलता आणि बारकावे ओळखून, ऐतिहासिक दृष्टीकोन सोप्या स्पष्टीकरणाच्या पलीकडे जातो आणि प्रशासकीय पद्धतींना आकार देणारे अनेक घटक स्पष्ट करतो.

९) धोरण परिणाम :

ऐतिहासिक उदाहरणे आणि भूतकाळातील प्रशासकीय निर्णयांचे परिणाम समजून घेऊन, धोरणकर्ते अधिक माहितीपूर्ण निवड करू शकतात आणि चुकांची पुनरावृत्ती टाळू शकतात.

१.१.३ ऐतिहासिक दृष्टिकोनाचे महत्त्व :

प्रशासकीय यंत्रणांचा विकास, उत्क्रांती आणि कार्यप्रणाली समजून घेण्यासाठी लोकप्रशासनाच्या ऐतिहासिक दृष्टिकोनाला महत्त्वपूर्ण महत्त्व आहे. हे शासन संरचनांना आकार देणारे घटक, ज्या आव्हानांना सामोरे गेले आहेत आणि वर्तमान व भविष्यातील प्रशासकीय पद्धतींची माहिती देणारे धडे याबद्दल मौल्यवान अंतर्दृष्टी प्रदान करते. ऐतिहासिक दृष्टीकोन अनेक प्रमुख फायदे आणि योगदान देते जे लोकप्रशासनाच्या क्षेत्रात त्याची प्रासंगिकता अधोरेखित करतात :

१) ऐतिहासिक संदर्भ :

सार्वजनिक प्रशासनाच्या ऐतिहासिक विकासाचा अभ्यास केल्याने अभ्यासक आणि विद्वानांना त्यांच्या ऐतिहासिक संदर्भातील प्रशासकीय पद्धतींची सखोल माहिती मिळवता येते. हे संदर्भ-जागरूकता प्रशासकीय प्रणाली आणि संस्थांच्या उत्क्रांतीवर सामाजिक, सांस्कृतिक, आर्थिक आणि राजकीय घटकांनी कसा प्रभाव पाडला आहे हे ओळखण्यास मदत करते.

२) भूतकाळातील धडे :

ऐतिहासिक दृष्टीकोन प्रशासकीय पद्धतींमध्ये नमुने, यश आणि अपयश ओळखण्यास सक्षम करते. ऐतिहासिक प्रकरणे आणि परिणामांचे परीक्षण करून, धोरणकर्ते आणि प्रशासक भूतकाळातील अनुभवांमधून शिकू शकतात, चुकांची पुनरावृत्ती टाळू शकतात आणि समकालीन प्रशासनातील आव्हानांना तोंड देण्यासाठी प्रभावी धोरणे स्वीकारू शकतात.

३) संस्थात्मक स्मृती :

प्रशासकीय प्रणालींची ऐतिहासिक उत्क्रांती समजून घेणे संस्थात्मक स्मृती जतन आणि प्रसारित करण्यास मदत करते. ही स्मृती संस्थांमध्ये सातत्य आणि शिकण्यासाठी महत्त्वाची आहे, कारण ती भूतकाळातील निर्णय, धोरणे आणि सरावांची अंतर्दृष्टी देते जी सध्याच्या निर्णयाची माहिती देऊ शकते.

४) बदलाशी जुळवून घेणे :

बदलत्या परिस्थिती, तंत्रज्ञान आणि सामाजिक गरजांना प्रशासकीय यंत्रणांनी कसे जुळवून घेतले आहे हे ऐतिहासिक दृष्टिकोन अधोरेखित करते. झपाट्याने बदलणाऱ्या जगात ही अनुकूलता आवश्यक आहे, जिथे नवीन आव्हाने आणि संधींचा सामना करण्यासाठी सरकारांनी सतत विकसित केले पाहिजे.

५) प्रशासकीय कल्पना आणि सिद्धांतांची उत्क्रांती :

प्रशासकीय कल्पना आणि सिद्धांतांच्या ऐतिहासिक उत्क्रांतीचा अभ्यास केल्याने नोकरशाही, उत्तरदायित्व, योग्यता आणि सार्वजनिक सेवा यासारख्या संकल्पना कालांतराने कशा विकसित झाल्या आहेत याबद्दल अंतर्दृष्टी प्रदान करते. ही समज समकालीन संदर्भांसाठी सैद्धांतिक संरचनेचे परिष्करण आणि रुपांतर करण्यास चालना देते.

६) संदर्भानुसार सुधारणा :

धोरणे आणि प्रशासकीय सुधारणा अनेकदा त्यांच्या काळातील विशिष्ट आव्हाने आणि परिस्थिती प्रतिबिंबित करतात. ज्या ऐतिहासिक संदर्भामध्ये काही सुधारणा अंमलात आणल्या गेल्या ते समजून घेऊन, धोरणकर्ते या सुधारणांच्या परिणामकारकतेचे मूल्यांकन करू शकतात, त्यांना सद्य परिस्थितीशी जुळवून घेऊ शकतात आणि संभाव्य आव्हानांचा अंदाज घेऊ शकतात.

७) प्रशासकीय प्रारूपाची विविधता :

ऐतिहासिक दृष्टिकोन विविध संस्कृती, प्रदेश आणि ऐतिहासिक कालखंडात उदयास आलेल्या प्रशासकीय प्रारूपाची विविधता प्रकट करतो. ही विविधता संदर्भ-विशिष्ट उपायांची आवश्यकता अधोरेखित करते आणि शासनासाठी सर्वांसाठी एकच माप दृष्टिकोन या कल्पनेला आव्हान देते.

८) नैतिक बाबी :

लोकप्रशासनाच्या इतिहासाचा अभ्यास केल्यास नैतिक दुविधा आणि भूतकाळात निर्माण झालेल्या आव्हानांवर प्रकाश टाकता येईल. नैतिक समस्यांचे निराकरण कसे केले गेले किंवा नाही याचे परीक्षण करून प्रशासक सध्याच्या समान नैतिक आव्हानांना दूर करण्यासाठी धडे घेऊ शकतात.

९) माहितीपूर्ण निर्णय घेणे :

ऐतिहासिक अंतर्दृष्टीने सज्ज असलेले धोरणकर्ते माहितीपूर्ण निर्णय घेण्यासाठी अधिक सुसज्ज आहेत. भूतकाळातील यश आणि अपयशांचे विश्लेषण करून, ते संभाव्य परिणामांची अपेक्षा करू शकतात, पर्यायांचे वजन करू शकतात आणि इच्छित परिणाम साध्य करण्याची अधिक शक्यता असलेल्या धोरणांची रचना करू शकतात.

१०) शैक्षणिक समृद्धी :

विद्वान आणि संशोधकांसाठी, ऐतिहासिक दृष्टीकोन विश्लेषणासाठी माहिती आणि केस स्टडीज देते. हा दृष्टीकोन प्रशासकीय प्रणालींचे सखोल ज्ञान वाढवतो, नवीन सिद्धांतांच्या विकासास सुलभ करतो आणि क्षेत्रातील ज्ञानाच्या प्रगतीस हातभार लावतो.

१.१.४ ऐतिहासिक दृष्टिकोनाच्या मर्यादा :

लोकप्रशासनाचा ऐतिहासिक दृष्टीकोन प्रशासकीय प्रणालींच्या विकास आणि उत्क्रांतीसाठी मौल्यवान अंतर्दृष्टी प्रदान करतो, परंतु त्यात काही मर्यादा आणि आव्हाने देखील येतात जी मान्य केली पाहिजेत. या मर्यादा ऐतिहासिक माहितीचे स्पष्टीकरण, समकालीन संदर्भांशी ऐतिहासिक धड्यांची प्रासंगिकता आणि निष्कर्षांच्या सामान्यीकरणावर परिणाम करू शकतात. सार्वजनिक प्रशासनाच्या ऐतिहासिक दृष्टिकोनाच्या काही प्रमुख मर्यादा पुढीलप्रमाणे आहेत:

१) मर्यादित सामान्यीकरण :

ऐतिहासिक संदर्भ वेळ आणि संस्कृतींमध्ये लक्षणीयरीत्या बदलतात. राजकीय, सामाजिक, आर्थिक आणि तांत्रिक परिस्थितीतील फरकांमुळे एका ऐतिहासिक कालखंडातून घेतलेले धडे दुसऱ्याला लागू होऊ शकत नाहीत. परिणामी, आजच्या काळातील निर्णयांची माहिती देण्यासाठी ऐतिहासिक अंतर्दृष्टीचे सामान्यीकरण करणे समस्याप्रधान असू शकते.

२) निवडक दस्तऐवजीकरण :

ऐतिहासिक नोंदी आणि दस्तऐवज संपूर्ण प्रशासकीय पद्धती आणि अनुभव अचूकपणे दर्शवू शकत नाहीत. विश्लेषणासाठी उपलब्ध असलेली माहिती अपूर्ण, पक्षपाती किंवा हाताळणीच्या अधीन असू शकते, ज्यामुळे ऐतिहासिक घटनांचे अपूर्ण आकलन होऊ शकते.

३) व्याख्या पूर्वाग्रह :

ऐतिहासिक माहितीचा अर्थ लावण्यासाठी व्यक्तिनिष्ठ निर्णय आणि अर्थ लावणे आवश्यक आहे. संशोधक अनवधानाने ऐतिहासिक घटनांवर त्यांचे स्वतःचे पूर्वाग्रह आणि दृष्टीकोन लादू शकतात, संभाव्यतः विकृत निष्कर्षांना कारणीभूत ठरतात.

४) ऐतिहासिक अयोग्यता :

ऐतिहासिक नोंदी चुका, वगळणे किंवा हेतुपुरस्सर हाताळणीमुळे चुकीच्या किंवा विकृत असू शकतात. केवळ ऐतिहासिक स्त्रोतांवर विसंबून राहिल्याने घटना आणि पद्धतींचा चुकीचा अर्थ लावला जाऊ शकतो.

५) संदर्भातील तपशीलाचा अभाव :

प्रशासकीय निर्णय आणि पद्धतींचे बारकावे पूर्णपणे समजून घेण्यासाठी ऐतिहासिक नोंदी नेहमीच पुरेसा संदर्भात्मक तपशील देऊ शकत नाहीत. हे ऐतिहासिक स्त्रोतांकडून काढलेल्या व्याख्या आणि निष्कर्षांची अचूकता मर्यादित करू शकते.

६) सामाजिक गतिशीलतेकडे दुर्लक्ष करणे :

प्रशासकीय निर्णय आणि पद्धतींवर राजकीय सत्ता संघर्ष, सांस्कृतिक नियम आणि सामाजिक हालचालींसह व्यापक सामाजिक गतिशीलतेचा प्रभाव पडतो. ऐतिहासिक विश्लेषणामध्ये या गतिशीलतेचा लेखाजोखा करण्यात अयशस्वी झाल्यास प्रशासकीय बदलांची आंशिक समज होऊ शकते.

७) कार्यकारणभावाची जटिलता :

ऐतिहासिक घटना आणि प्रशासकीय बदलांची नेमकी कारणे आणि परिणाम निश्चित करणे जटिल असू शकते. अनेक घटक एकाच परिणामास कारणीभूत ठरू शकतात, ज्यामुळे बदलांचे श्रेय केवळ प्रशासकीय निर्णयांना देणे आव्हानात्मक बनते.

८) कालविपर्यस्तपणा :

ऐतिहासिक कालखंडात आधुनिक संकल्पना आणि शब्दावली लागू केल्याने भूतकाळात समकालीन कल्पनांचे प्रक्षेपण कालविपर्यस्तपणे होऊ शकते. यामुळे ऐतिहासिक पद्धती आणि निर्णयांचे आकलन विकृत होऊ शकते.

९) समकालीन प्रासंगिकतेचा अभाव :

ऐतिहासिक अंतर्दृष्टी मौल्यवान असताना, सर्व ऐतिहासिक धडे समकालीन शासनाच्या आव्हानांना थेट लागू होत नाहीत. प्रशासकीय प्रणाली आणि सामाजिक संदर्भ विकसित झाले आहेत, ज्यामुळे काही ऐतिहासिक पद्धती अप्रचलित किंवा कमी संबंधित आहेत.

१०) गैर-ऐतिहासिक घटकांकडे दुर्लक्ष :

ऐतिहासिक दृष्टीकोन गैर-ऐतिहासिक घटकांकडे दुर्लक्ष करतो, जसे की मानसिक, संज्ञानात्मक आणि वर्तनात्मक प्रभाव, जे प्रशासकीय निर्णय आणि पद्धतींना देखील आकार देतात. केवळ ऐतिहासिक विश्लेषणावर अवलंबून राहिल्याने या महत्त्वाच्या पैलूंकडे दुर्लक्ष होऊ शकते.

११) कार्यकारणभावातील अडचणी :

ऐतिहासिक विश्लेषणामध्ये कार्यकारणभाव निश्चित करणे आव्हानात्मक असू शकते, कारण बहुधा अनेक चाले स्पर्धेत असतात. विशिष्ट प्रशासकीय पद्धती आणि त्यांचे परिणाम यांच्यात थेट कारण-परिणाम संबंध स्थापित करणे सहसा कठीण असते.

१२) सूचनात्मक मार्गदर्शनाचा अभाव :

जरी ऐतिहासिक विश्लेषण भूतकाळातील घटनांबद्दल अंतर्दृष्टी प्रदान करत असले, तरी ते समकालीन आव्हानांना संबोधित करण्यासाठी नेहमीच स्पष्ट मार्गदर्शन देऊ शकत नाही. व्यावहारिक उपायांसाठी ऐतिहासिक धडे वर्तमानातील गुंतागुंतीशी जुळवून घेणे आवश्यक आहे.

१.२ नोकरशाही दृष्टीकोन :

नोकरशाहीचे शास्त्रशुद्ध पद्धतीने विवेचन मांडणारा वेबर हा पहिला विचारवंत आहे. वेबरची नोकरशाहीची संकल्पना सत्ता, वर्चस्व आणि अधिकार यांच्याशी निगडित आहे. वेबरच्या मते, राजकीय सत्ता ही कुठल्याही प्रकारची असो तेथे प्रशासकीय सेवकवर्गाचे अस्तित्व असते. त्यामुळे नोकरशाहीच्या उत्पत्तीपासून आधुनिक काळातील तिच्या भूमिकेपर्यंतचे सविस्तर विवेचन वेबरने केले आहे. नोकरशाहीचा मुख्य हेतू प्रशासन व्यवस्था चालविणे हा असून तिच्याकडून विविध पदांवर काम करणाऱ्या व्यक्तींच्या कार्यात सुसंगती निर्माण करण्याचा प्रयत्न केला जातो. त्यामुळेच आधुनिक काळातील एक औपचारिक संघटन म्हणून वेबरने नोकरशाहीचा अभ्यास केला आहे.

१.२.१ नोकरशाहीचा अर्थ :

''शासनापुरता मर्यादित नसलेला; परंतु आधुनिक समाजातील वैशिष्ट्यपूर्ण असा प्रशासनाचा नमुना म्हणजे नोकरशाही होय'' असा नोकरशाहीचा अर्थ वेबरने सांगितला आहे. नोकरशाही ही एक औपचारिक संघटना असून तिची संरचना सत्ता आणि व्यवस्था या दोन आधारांवर उभी असते. नोकरशाहीची रचना निर्माण करताना प्रथम बैद्धिकतेच्या आधारावर नोकर वर्गाची निवड केली जाते. त्यानंतर अधिकार व कार्य विभाजनाद्वारे निश्चित स्वरूपांची पदरचना निर्माण केली जाते. त्यामुळे श्रमविभागणी व श्रेणीपद्धती हे दोन घटक नोकरशाहीच्या रचनेत महत्त्वाचे मानले जातत. वरिष्ठ ते कनिष्ठ अशी स्तररचना निर्माण करुन प्रत्येकास आपल्या वरिष्ठास जबाबदार राहून कार्ये करावे लागते. वरिष्ठ देखील आपल्या अधिकार कक्षेत राहूनच कनिष्ठांना आज्ञा देत असतात. अधिकार क्षेत्र व कार्यक्षेत्र कायद्याद्वारे निश्चित केलेले. असल्यामुळे कुणीही दुसऱ्याच्या कार्यक्षेत्रात हस्तक्षेप करत नाही. अशा रचनेद्वारे नोकरशाही ही संघटना कार्यरत असते. नोकरशाहीमध्ये संयोजन, समन्वय, नियंत्रण व देखरेख या घटकांना अतिशय महत्त्व असते. याद्वारेच संपूर्ण प्रशासकीय कार्य पार पाडले जाते. म्हणजेच प्रशासकीय कार्याची कार्यवाही करणारा महत्त्वपूर्ण घटक म्हणून वेबर नोकरशाहीचा अर्थ स्पष्ट करतो.

१.२.२ नोकरशाहीची वैशिष्ट्ये :

वेबरने नोकरशाही यंत्रणेचे जे आदर्श प्रारूप स्पष्ट केले आहे. त्याची वैशिष्ट्ये पुढील मुद्यांच्या आधारे सांगता येतील :

१) अधिकारपद परंपरा :

नोकरशाहीचे वैशिष्ट्य म्हणजे अधिकारपद परंपरा या तत्त्वानुसार निर्माण केलेली रचना होय. नोकरशाही संघटनेचे स्वरूप एखाद्या पिरॅमिडसारखे असते. वरिष्ठ-कनिष्ठ अशी स्तररचना करुन अधिकार क्षेत्राचे वाटप केलेले असते. कनिष्ठ हे आपल्या वरिष्ठांना जबाबदार राहुन कार्ये करत असतात.

२) अधिकारक्षेत्र व कार्यक्षेत्राची विभागणी :

नोकरशाहीत वरिष्ठ-कनिष्ठ अशी स्तररचना निर्माण करुन अधिकारक्षेत्राची व कार्यक्षेत्राची विभागणी केली जाते. नोकरशाहीतील प्रत्येक पदानुसार अधिकार क्षेत्र सुस्पष्ट व निश्चित असते. सुस्पष्ट भाषेत अधिकार क्षेत्राची विभागणी केलेली असते.

३) कर्मचारी वर्गाची व्यवस्था :

नोकरशाहीचे कामकाज योग्यरित्या चालण्यासाठी अधिकारी व कर्मचारी नियुक्त केले जातात. नोकरवर्गाची लोकांकडून निवड होत नाही, तर गुणवत्तेच्या आधारे स्पर्धा परीक्षांद्वारे त्यांची नियुक्ती केली जाते. नियुक्त केलेल्या अधिकाऱ्यांची प्रशासकीय संघटना म्हणजेच नोकरशाही असते. नोकरशाहीतील सेवकांना प्रशिक्षण, बढती, निवृत्तीवेतन नियमानुसार दिले जाते. त्यांना सेवा शाश्वती दिली जाते.

४) निश्चित नियमावली :

नोकरशाहीची सर्व कार्यपद्धती ही निश्चित स्वरूपाच्या नियमांवर आधारलेली असते हे नोकरशाहीचे महत्त्वाचे वैशिष्ट्य आहे. या नियमांनुसार नोकरवर्ग आपले कार्य करतो. प्रत्येक कार्य हे नियमानुसारच झाले पाहिजे यावर नोकरशाहीत कटाक्ष असतो. नियमबाह्य कुठलीही गोष्ट नोकरशाहीत केली जात नाही.

५) औपचारिक स्वरूप :

नोकरशाहीचे वैशिष्ट्य म्हणजे नोकरशाही व्यवस्था ही मोठ्या प्रमाणावर औपचारिक स्वरूपाची असते. त्यामुळेच नोकरशाही यंत्रणा व्यक्तिनिरपेक्ष असते. ती कुठल्याही ठरावीक व्यक्तींच्या हितासाठी कार्यरत नसते. तर सार्वजनिक हितासाठी नोकरशाही कार्यरत असते. त्यामुळे व्यक्तिनिरपेक्ष संबंध प्रस्थापित होतात. नियमांत ढील देवून अनौपचारिक स्वरूपाच्या गोष्टी मात्र केल्या जात नाही. त्यामुळे नोकरशाहीच्या कार्यात औपचारिकता निर्माण होते.

६) लिखित स्वरूप :

कार्याचे लिखित स्वरूप हे नोकरशाहीचे महत्त्वाचे वैशिष्ट्य मानले जाते. नोकरशाहीचे कार्य लिखित नियमांनुसार काटोकोरपणे चालते. नोकरशाहीत संपूर्ण कार्याची लिखित स्वरूपात नोंद ठेवली जाते. अनेक वर्षांपर्यंतचे रेकॉर्ड त्यामुळे आपल्याला उपलब्ध होवू शकते.

७) व्यावसायिकता :

व्यावसायिकता हे एक नोकरशाहीचे वैशिष्ट्य मानले जाते. आधुनिक काळात नोकरशाहीस मोठ्या प्रमाणावर व्यावसायिक स्वरूप प्राप्त झाले आहे. नोकरवर्ग हा केवळ लोकसेवेसाठी कार्य करत नाही तर आपल्या उपजीविकेचे एक साधन म्हणून नोकरशाहीतील कार्याचा स्वीकार करत असतो.

८) तटस्थता :

नोकरशाहीचे एक महत्त्वपूर्ण वैशिष्ट्य म्हणजे राजकीय तटस्थता होय. नोकरशाहीचे कार्य निपक्षपणे, तटस्थपणे चालते. लोकशाही ही एक स्थायी यंत्रणा आहे. त्यामुळे राजकीय पक्षांच्या किंवा नेत्यांच्या दडपणापासून अलिप्त राहून नोकरशाही स्वतंत्रपणे कार्ये करत असते.

१.२.३ नोकरशाहीची कार्ये :

मॅक्स वेबरने नोकरशाही व्यवस्थेची पुढील कार्ये स्पष्ट केली आहेत :

१) धोरण निर्मितीत सल्ला :

धोरण निर्मितीचे कार्य हे प्रामुख्याने मंत्रिमंडळाद्वारे पार पाडले जात असते. मात्र मंत्रिमंडळातील सदस्यांना धोरण निर्मितीविषयी सल्ला देण्याचे कार्य नोकरशाही व्यवस्थेकडून पार पाडले जाते. सनदी नोकर हे अधिक गुणवत्ता असणारे असतात, त्यामुळे धोरण निर्मिती करतांना योग्य पर्याय सुचविण्याचे कार्य त्यांच्याकडून पार पाडले जाते.

२) धोरण अंमलबजावणी :

धोरण अंमलबजावणीचे महत्त्वपूर्ण कार्य नोकरशाहीस पार पाडावे लागते. नोकरशाही ही प्रामुख्याने धोरण अंमलबजावणी करणारी यंत्रणा म्हणून ओळखली जाते. सामाजिक-आर्थिक परिस्थितीचा विचार करुन धोरणाची कार्यवाही करताना नोकरशाही महत्त्वाची भूमिका पार पाडते.

३) विकास योजनांची कार्यवाही :

कुठल्याही विकास योजना पूर्णत्वास नेण्यासाठी त्यांची योग्यप्रकारे कार्यवाही होणे आवश्यक असते. नोकरशाही व्यवस्था ही ग्रामीण पातळीपर्यंत विकास योजना कार्यान्वित करण्याचे कार्ये पार पाडते. विविध विकास योजनांमध्ये समन्वय साधून त्या पूर्णत्वास नेण्यासंबंधी नोकरशाहीची भूमिका महत्त्वाची ठरत असते.

४) प्रशासकीय सातत्य :

प्रशासकीय सातत्य व कार्यक्षमता यादृष्टीने देखील नोकरशाहीचे कार्य महत्त्वाचे मानले जाते. नोकरशाहीमुळेच प्रशासकीय कार्यास गती प्राप्त होते. राजकीय यंत्रणाही अस्थिर असते. अशा परिस्थितीत एका स्थिर स्वरूपाच्या प्रशासकीय यंत्रणेची निर्मिती करण्याचे काम नोकरशाही करते.

५) सामाजिक स्थैर्य :

समाजव्यवस्थेत शांतता, सुव्यवस्था प्रस्थापित करण्यासाठी प्रशासन व्यवस्थेची आवश्यकता असते व ही प्रशासन व्यवस्था पुरविण्याचे कार्य नोकरशाही करते. नोकरशाहीच्या बहुविध स्वरूपाच्या कार्यामुळेच आधुनिक काळातील समाजव्यवस्था स्थिर बनलेल्या दिसून येतात.

ड) वेबरच्या नोकरशाही विचारांवरील टीका :

वेबरने मांडलेल्या नोकरशाहीच्या आदर्श प्रारूपांवर काही टीका होतांना दिसतात. त्यांचा आढावा पुढील मुद्यांच्या आधारे घेता येईल.

१) मॅक्स वेबरने नोकरशाही संघटनेत अधिकारपद परंपरा व श्रमविभागणी तत्त्वांना महत्त्व दिले आहे. त्यातून सनदी नोकरवर्गात संघर्ष व मतभेद निर्माण होतात.

२) मॅक्स वेबरने सनदी सेवकांना बढती देताना योग्यता तत्त्व स्वीकारावे की जेष्ठता तत्त्व स्वीकारावे याबाबत स्पष्ट विचार मांडलेले नाहीत.

३) मॅक्स वेबरने नोकरशाहीचे औपचारिक दृष्टिकोनातून विश्लेषण करताना अनौपचारिक गोष्टींकडे पूर्णपणे दुर्लक्ष केले आहे.

४) आर्थिक व सामाजिक विकासाच्या दृष्टीने मागासलेल्या विकसनशील देशांच्या बाबतीत वेबरची औपचारिक स्वरूपांची नोकरशाहीची संकल्पना अपूर्ण वाटते.

५) प्रशासकीय वर्गाच्या नियुक्तीबाबत वेबरने मांडलेले गुणवत्तेचे तत्त्व हे तंतोतंत पाळले जाणे अवघड आहे.

१.३ निर्णय–निर्धारण दृष्टीकोन :

निर्णय–निर्धारण दृष्टिकोन हा लोकप्रशासनाच्या अभ्यासाचा आधुनिक दृष्टिकोन आहे. लोकप्रशासनात निर्णय घेण्याच्या प्रक्रियेला अत्यंत महत्त्वाचे स्थान आहे. कोणतेही सामाजिक कार्य करण्यासाठी अचूक निर्णय घ्यावे लागतात. राज्याचे प्रशासन यशस्वी करण्यासाठी योग्य आणि अचूक निर्णय घेणे आवश्यक असते. ज्याप्रमाणे व्यक्तीला खासगी जीवनात एखादी कृत करताना निर्णय घ्यावा लागतो. तसाच प्रशासकीय संघटनेत प्रशासकाला कोणतेही कार्य करण्याअगोदर निर्णय घ्यावा लागतो. निर्णयाशिवाय कोणतेही कार्य परिणामकारक होणार नाही. कार्याचे नियोजन कसे करायचे हा निर्णय सर्वप्रथम घ्यावा लागतो. लोकप्रशासनशास्त्राचा निर्णय निर्धारण दृष्टिकोन पुढील मुद्यांच्या आधारे स्पष्ट करता येईल.

१.३.१ निर्णय–निर्धारण दृष्टिकोनाचा अर्थ :

एखादे उद्दिष्ट साध्य करण्यासाठी पर्यायी उपलब्ध उपायांपैकी, पर्यायांपैकी एक पर्याय निवडणे हे कार्य निर्णय घेण्याच्या संदर्भात महत्त्वाचे आहे. उपलब्ध असलेल्या पर्यायांपैकी एका पर्यायाची निवड करणे म्हणजे निर्णय घेणे होय. जेव्हा एखादा प्रशासकीय अधिकारी आपल्या सद्सद्विवेकाच्या आधारे विशिष्ट पर्याय प्रमाण मानून त्या पर्यायाला निर्णयात रुपांतरित करतो त्या प्रक्रियेला 'निर्णय निर्धारण' असे म्हणतात. थोडक्यात, विशिष्ट प्रशासकीय कार्याच्या पूर्ततेसाठी उपलब्ध असणाऱ्या विविध पर्यायांपैकी एका पर्यायाची निवड करणे म्हणजे निर्णय घेणे किंवा निर्णय निर्धारण होय. वरकरणी निर्णय निर्धारण ही प्रक्रिया सोपी वाटत असली तरी प्रत्यक्षात निर्णय घेण्याची प्रक्रिया अतिशय गुंतागुंतीची आणि क्लिष्ट स्वरुपाची आहे. या संदर्भात पॉल गोरबुथ यांनी ''व्यवस्थापनातील सर्व समस्यांपैकी निर्णय निर्धारणाची समस्या सर्वात कठीण अशी समस्या आहे.'' असे समर्पक विधान केलेले आहे.

१.३.२ निर्णय–निर्धारण दृष्टिकोन :

निर्णय–निर्धारण दृष्टिकोन पुढीलप्रमाणे स्पष्ट करता येतील :

१) निर्णय प्रक्रियेचे महत्त्वपूर्ण स्थान :

लोकप्रशासनात निर्णय प्रक्रियेला अत्यंत महत्त्वाचे स्थान आहे. कोणतेही सामाजिक कार्य करण्यासाठी अचूक निर्णय घ्यावे लागतात. राज्याचे प्रशासन यशस्वी करण्यासाठी योग्य व अचूक निर्णय घेणे आवश्यक असते. जसा व्यक्तीला आपल्या खासगी जीवनात एखादी कृती करताना निर्णय घ्यावा लागतो तसाच प्रशासकीय संघटनेत प्रशासकाला कोणतेही कार्य करण्याअगोदर निर्णय घ्यावा लागतो. निर्णयाशिवाय कोणतेही कार्य परिणामकारक होणार नाही. कार्याचे नियोजन कसे करायचे हा निर्णय सर्वप्रथम घ्यावा लागतो.

२) निर्णय प्रक्रियेची आवश्यकता :

राज्याच्या प्रशासन कार्यात निर्णय घेणे ही प्रक्रिया अतिशय आवश्यक मानली जाते. आधुनिक राज्यापुढे विविध समस्या असतात. त्यांचे निराकरण करण्यासाठी योग्य असे उपाय योजावे लागतात. प्रशासकीय संघटनेत निर्णय प्रक्रिया जरी महत्त्वाची असली तरी ती प्रक्रिया अत्यंत अवघड व गुंतागुंतीची असते.

३) निर्णय क्षमतेवर यशापयश :

निर्णय घेण्याच्या क्षमतेवर या प्रक्रियेचे यशापयश अवलंबून असते. ज्या प्रशासकाकडे त्वरित निर्णय घेण्याची क्षमता असते तो प्रशासक कार्याची अंमलबजावणी जलद रीतीने करू शकतो व प्रशासनकार्यात अपेक्षित यश संपादन करतो. लोकप्रशासनशास्त्रात निर्णय प्रक्रियेला अनन्यसाधारण महत्त्व आहे.

१.३.३ निर्णयाची वैशिष्ट्ये :

निर्णयाची वैशिष्ट्ये पुढील मुद्यांच्या आधारे जाणून घेता येईल :

१) निर्णय तात्पुरत्या स्वरुपाचे असतात :

निर्णय हे तात्पुरत्या स्वरुपाचे असतात. स्थल, काल, परिस्थिती यानुसार निर्णयात बदल केला जाऊ शकतो. निर्णय प्रक्रिया ही गतिशील असते. संघटनेचे ध्येय लोकांच्या अपेक्षा व उपलब्ध परिस्थिती यांचा विचार करुनच व्यवस्थापकाला निर्णय घ्यावे लागतात.

२) सांघिक स्वरूपाची प्रक्रिया :

निर्णय प्रक्रिया ही सांघिक स्वरुपाची असते. कोणताही निर्णय घेताना एकांगी विचार करून चालत नाही. मुख्य व्यवस्थापकाने इतर अधिकाऱ्यांची मदत घेणे गरजेचे असते. संघटनेत वरिष्ठ व्यवस्थापक निर्णय घेतो असे जरी वरकरणी वाटत असले तरी प्रत्यक्षातील निर्णय प्रक्रियेत अनेक कनिष्ठ अधिकाऱ्यांचा व कामगारांचा सहभाग असतो. शासनाचे निर्णय जरी एखादी व्यक्ती घोषित करत असली तरी त्या निर्णय प्रक्रियेत अनेक राजकीय व्यक्तींचा व सनदी अधिकाऱ्यांचा समावेश झालेला असतो.

उदा. भारतात जरी एखादा निर्णय पंतप्रधान घोषित करत असतील तरी तो निर्णय घेण्यात संबंधित खात्याचे सचिव व मंत्री तसेच त्या खात्यातील अधिकारी यांचा समावेश होत असतो. म्हणजेच निर्णय प्रक्रिया ही सांघिक असते. पंतप्रधान प्रतिकात्मक स्वरुपात निर्णयाची घोषणा करतात; परंतु त्या निर्णयाची अंमलबजावणी करण्याची जबाबदारी सनदी अधिकाऱ्यांवर असते.

३) सार्वत्रिक प्रक्रिया :

सर्व प्रकारच्या प्रशासकीय संघटनात निर्णय प्रक्रिया आढळून येते. प्रशासनात जी ध्येय-धोरणे ठरविलेली असतात त्यांच्या पूर्ततेसाठी वरिष्ठ अधिकारी निर्णय घेत असतात. प्रशासनाचे स्वरूप जरी सार्वजनिक व खासगी असले तरी व्यवस्थापकाला निर्णय हे घ्यावेच लागतात. निर्णय घेणे ही संघटनेच्या दृष्टीने अतिशय नाजूक अशी बाब असते. सार्वजनिक प्रशासनात निर्णय घेताना लोकहिताचा विचार केलेला असतो तर खासगी प्रशासनात नफा कसा मिळेल याचा विचार निर्णय प्रक्रियेत होत असतो. सार्वजनिक प्रशासनात निर्णय घेणे हे खासगी प्रशासनातील निर्णय प्रक्रियेपेक्षा अवघड असते. खासगी प्रशासनात व्यवस्थापक चटकन निर्णय घेतो व त्याची त्वरित अंमलबजावणी करतो. मात्र, सार्वजनिक प्रशासनात निर्णय घेताना व्यापक दृष्टिकोन स्वीकारावा लागतो. कारण जनहित साधणे वा लोककल्याण साधणे हे सार्वजनिक प्रशासनाचे ध्येय असते.

१.३.४ निर्णय प्रक्रियेतील घटक :

जे.डी.मिलेट यांच्या मते, निर्णय प्रक्रियेत तीन घटक एकाच वेळी कार्यरत असतात.

१) निर्णय घेणाऱ्या व्यक्तींमधील फरक :

प्रशासकीय संघटनात निर्णय घेणाऱ्या व्यक्तींमध्ये फरक आढळून येतो. त्यांच्या वर्तनात व कार्यपद्धतीत फरक असल्याचे दिसून येते. काही व्यक्ती निर्णय घेताना बेधडकपणा दाखतात, त्यांना कोणत्याही परिणामांची भीती नसते. अशा व्यक्ती निर्भिडपणे निर्णय घेत असतात. काही व्यक्ती निर्णय घेण्यात फारसे स्वारस्य दाखवत नाहीत. त्या निर्णय घेण्याची टाळाटाळ करतात. तसेच काही वेळेला निर्णय घेतले तर ते निर्णय सदोष असण्याची शक्यता असते. निर्णय प्रक्रियेवर सामाजिक, आर्थिक व मानसिक घटक परिणाम करत असतात. त्यामुळे त्या व्यक्तींच्या वर्तवणुकीत भिन्नता आढळून येते. व्यक्तिभिन्नतेतुळे निर्णय प्रक्रिया समजण्यास मदत होते. उदा.

एखादा प्रशासक अंर्तमुख व्यक्तिमत्त्वाचा असेल तर निर्णय प्रक्रियेत औदासिन्य दिसून येते. एखादा प्रशासक बर्हिमुख व्यक्तिमत्त्वाचा असेल तर निर्णय प्रक्रियेत गतिमानता दिसून येते. व्यक्तींमधील असलेल्या फरकामुळे निर्णय प्रक्रियेत वेगळेपणा दिसून येतो.

२) **निर्णय प्रक्रियेशी संबंधित माहिती :**

ज्या विषयी किंवा ज्या प्रश्नासंबंधी निर्णय घ्यायचा असतो त्या संबंधीची पूर्ण माहिती व्यवस्थापकाला असणे गरजेचे असते. माहिती संकलित करून, तिचे विश्लेषण करून भविष्यकाळात होणाऱ्या घडामोडींचा विचार लक्षात घेऊन निर्णय घ्यावा लागतो. माहितीच नसेल किंवा माहिती अपूर्ण असेल तर घेतलेला निर्णय चुकीचा असू शकतो. व्यवस्थापकाने निर्णय घेताना परिपूर्ण माहिती मिळविणे अत्यंत गरजेचे असते.

३) **निर्णय प्रक्रियेवरील व्यक्तिगत व संस्थात्मक मर्यादा :**

निर्णय घेत असताना प्रत्येक व्यवस्थापकावर दोन प्रकारच्या मर्यादा पडत असतात.

i) **व्यक्तिगत मर्यादा**

ii) **संस्थात्मक मर्यादा.**

व्यक्तिगत मर्यादांमध्ये व्यवस्थापकाच्या आवडी - निवडी, त्याच्या व्यक्तिमत्त्वाचे स्वरूप, वैचारिक बैठक, मानसिक स्थिती, बाह्य परिवेशाचा परिणाम, कौटुंबिक स्थिती यांचा समावेश होतो. या घटकांचा प्रत्यक्ष वा अप्रत्यक्ष परिणाम त्याच्या निर्णय प्रक्रियेवर होत असतो. संस्थात्मक मर्यादांमध्ये संघटनेची उद्दिष्टे, परंपरा, संघटनेतील वातावरण, वरिष्ठ-कनिष्ठ अधिकारी संबंध यांचा समावेश होतो. निर्णय घेत असताना या सर्व घटकांचा त्याला सर्वंकष विचार करावा लागतो.

१.३.५ निर्णय प्रक्रियेतील पायऱ्या :

लोकप्रशासनात निर्णय प्रक्रिया अतिशय महत्त्वपूर्ण मानली जाते. निर्णय प्रक्रिया किंवा निर्णय निर्धारण प्रक्रियेवरच प्रशासनाचे यशापयश अवलंबून असते. प्रसिद्ध विचारवंत जॉर्ज टेरी यांनी प्रशासनातील निर्णय प्रक्रियेत सात पायऱ्या असतात असे स्पष्ट केले आहे. त्या पायऱ्या खालीलप्रमाणे.

१) **समस्येचे निश्चितीकरण :**

प्रशासनात नेमकी कोणती समस्या आहे, निर्णय घेण्यात कोणता घटक अडथळा आणतो हे निश्चित करावे लागते.

२) **समस्येची माहिती :**

प्रशासकाला निर्णय घेताना समस्येविषयीची पूर्ण माहिती, पार्श्वभूमी समजावून घ्यावी लागते. समस्येविषयीचे संपूर्ण ज्ञान व्यवस्थापक इतर कर्मचाऱ्यांच्या मदतीने मिळवू शकतो.

३) **योग्य पर्यायाची निवड :**

माहिती उपलब्ध झाल्यानंतर व्यवस्थापकासमोर अनेक पर्याय उभे राहतात. मात्र निर्णय घेताना अनेक पर्यायांपैकी एका पर्यायाची निवड निर्णय घेताना करणे अपरिहार्य असते. या पर्यायांपैकी योग्य पर्याय कोणता हे त्यालाच निश्चित करावे लागते.

४) **सहकाऱ्यांच्या मताचा आदर :**

प्रशासकाने जो पर्याय निवडलेला आहे त्या पर्यायाविषयी सहकारी वर्गाची काय मते आहेत याचाही विचार करावा लागतो. त्याने निवडलेल्या पर्यायांमधून संघटनेचे हित साधले जाणार नसेल, तर उपलब्ध पर्यायांपैकी सर्वमान्य असा पर्याय त्याला स्वीकारावा लागतो. या पर्यायाचे स्वरूप तात्पुरते असू शकते.

५) पर्यायाचे मूल्यमापन :

व्यवस्थापकाने जो पर्याय निवडलेला आहे त्या निर्णयाचे मूल्यमापन करावे लागते. निर्णयाच्या धनात्मक व ऋणात्मक बाजूंचा विचार करावा लागतो.

६) निर्णयाचे निश्चितीकरण :

व्यवस्थापकाने जो निर्णय घेतलेला असतो त्याचे मूल्यमापन केल्यानंतर निर्णय निश्चित करून (Final Dicision) तो प्रत्यक्ष कृतीत आणावा लागतो.

७) निर्णयात बदलाची शक्यता :

व्यवस्थापकाने जो निर्णय घेतलेला आहे त्याची अंमलबजावणी होत असताना गरज वाटली तर त्या निर्णयात बदल घडवून आणता येतो. जॉर्ज टेरी यांनी सांगितलेली पद्धत सर्वच संघटनात योग्य असेलच असे नाही. परंतु त्यामुळे निर्णय प्रक्रियेचे टप्पे समजण्यास मदत होते.

१.३.६ निर्णय-निर्धारण दृष्टिकोनाचे महत्त्व :

लोकप्रशासनात निर्णय-निर्धारण दृष्टीकोन महत्त्वाचा का आहे याची अनेक कारणे पुढे दिली आहेत :

१) प्रभावी धोरण तयार करणे :

निर्णय-निर्धारण प्रक्रियेचे विश्लेषण करून धोरणे तयार करताना धोरणकर्ते माहितीपूर्ण निवड करू शकतात. निर्णयांवर प्रभाव टाकणारे घटक समजून घेणे धोरणे चांगल्या प्रकारे आरेखित केलेली, पुराव्यावर आधारित आणि जनतेच्या गरजा आणि मूल्यांशी जुळलेली आहेत याची खात्री करण्यात मदत करते.

२) कार्यक्षम संसाधन वाटप :

लोकप्रशासनातील निर्णय घेण्यामध्ये विविध कार्यक्रम, प्रकल्प आणि सेवांसाठी मर्यादित संसाधने वाटप करणे समाविष्ट असते. निर्णय घेण्याच्या प्रक्रियेची संपूर्ण माहिती हे सुनिश्चित करण्यास मदत करते की सर्वोत्तम संभाव्य परिणाम साध्य करण्यासाठी संसाधनांचे कार्यक्षमतेने आणि प्रभावीपणे वाटप केले जाते.

३) पारदर्शकता आणि जबाबदारी :

पारदर्शक निर्णय प्रक्रिया उत्तरदायित्व आणि सार्वजनिक विश्वास वाढवते. जेव्हा निर्णय उघडपणे आणि स्पष्ट निकषांच्या आधारे घेतले जातात, तेव्हा विशिष्ट निवडी कशासाठी केल्या जातात हे नागरिक अधिक चांगल्या प्रकारे समजू शकतात, ज्यामुळे सार्वजनिक अधिकाऱ्यांची जबाबदारी वाढते.

४) लोकसहभाग आणि सहभाग :

निर्णय-निर्धारण प्रक्रियेची समज अधिक लोकसहभाग आणि प्रतिबद्धतेसाठी अनुमती देते. जेव्हा नागरिकांना निर्णय घेण्याच्या प्रक्रियेबद्दल माहिती दिली जाते आणि त्यांना आदान प्रदान करण्याची संधी मिळते, तेव्हा धोरणे आणि कृती लोकसंख्येच्या विविध गरजा आणि प्राधान्ये प्रतिबिंबित करण्याची अधिक शक्यता असते.

५) नैतिक आणि मूल्य-आधारित निवडी :

निर्णय-निर्धारण दृष्टीकोन निर्णय घेण्यामध्ये नैतिकता आणि सार्वजनिक मूल्यांच्या भूमिकेवर जोर देतो. हे सुनिश्चित करते की प्रशासक आणि धोरणकर्त्यांनी केलेल्या निवडी नैतिक तत्त्वे, सार्वजनिक हितसंबंध आणि सामाजिक नियमांशी जुळतात.

६) पूर्वाग्रह आणि असमानता कमी करणे :

निर्णय-निर्धारण प्रक्रियेचे विश्लेषण केल्याने पक्षपातीपणा आणि असमानता ओळखण्यास मदत होते जी निवडींवर प्रभाव टाकू शकतात. या पूर्वाग्रहांना ओळखून आणि संबोधित करून, सार्वजनिक प्रशासक धोरण निर्मिती आणि अंमलबजावणीमध्ये अधिक न्याय्य परिणामांसाठी प्रयत्न करू शकतात.

७) पुराव्यावर आधारित निर्णय घेणे :

निर्णय घेण्याची प्रक्रिया समजून घेतल्याने पुराव्यावर आधारित निर्णय घेण्यावर अधिक जोर दिला जातो. संबंधित माहितीचा विचार करून धोरणकर्ते गृहितकांऐवजी अनुभवजन्य पुराव्यांद्वारे सूचित केलेल्या निवडी करू शकतात.

८) सुधारित धोरण अंमलबजावणी :

प्रभावी निर्णय घेणे हे धोरणाच्या यशस्वी अंमलबजावणीचा अविभाज्य घटक आहे. अंमलबजावणीच्या निर्णयांवर परिणाम करणारे घटक समजून घेऊन, प्रशासक आव्हानांचा अंदाज लावू शकतात, संसाधनांचे योग्य वाटप करू शकतात आणि धोरणांची सुरळीत अंमलबजावणी सुलभ करतात.

९) लवचिकता आणि अनुकूलन :

भूतकाळातील निर्णय प्रक्रियेचे विश्लेषण केल्याने संस्थांना यश आणि अपयशातून शिकता येते. हे ज्ञान अधिक लवचिकता आणि अनुकूलतेसाठी अनुमती देते, कारण प्रशासक मागील निर्णयांमधून शिकलेल्या धड्यांवर आधारित त्यांचे दृष्टिकोन समायोजित करू शकतात.

१०) भागधारक सहयोग :

निर्णय प्रक्रियेत विविध भागधारकांना सामील करून घेण्याचे महत्त्व निर्णय घेण्याच्या दृष्टिकोनातून ओळखले जाते. सहयोगी निर्णय घेणे हे सुनिश्चित करते की विविध गटांचे दृष्टीकोन आणि कौशल्य विचारात घेतले जाते, परिणामी अधिक माहितीपूर्ण आणि गोलाकार निवडी होतात.

११) सार्वजनिक सेवा वाढवणे :

निर्णय-निर्धारण दृष्टीकोन उत्तम सार्वजनिक सेवांच्या आराखड्यात आणि वितरणात योगदान देतो. जनतेच्या गरजा समजून घेऊन आणि विविध पर्यायांचे परिणाम लक्षात घेऊन, प्रशासक सेवांची गुणवत्ता आणि सुलभता सुधारू शकतात.

१२) उत्तरदायित्व आणि शिक्षण :

निर्णय घेण्याच्या प्रक्रियेचे विश्लेषण केल्याने निर्णयामागील तर्काची स्पष्ट नोंद प्रदान करून जबाबदारी वाढते. ही नोंद पूर्वलक्षी मूल्यमापन, चुकांमधून शिकणे आणि भविष्यातील निर्णय सुधारण्यास अनुमती देते.

१.३.७ निर्णय घेण्याच्या दृष्टीकोनाच्या मर्यादा :

सार्वजनिक प्रशासनातील निर्णय घेण्याच्या दृष्टिकोनातील काही प्रमुख मर्यादा पुढीलप्रमाणे आहेत :

१) जटिल प्रक्रियांचे सरलीकरण :

लोकप्रशासनातील निर्णय घेण्याची प्रक्रिया अनेकदा गुंतागुंतीची असते, ज्यामध्ये अनेक कर्ते, स्वारस्ये आणि परिवर्तने असतात. निर्णय घेण्याचा दृष्टीकोन या प्रक्रियांना अधिक सोपे बनवू शकतो, ज्यामुळे स्पर्धेत असलेल्या जटिल गतिशीलतेचे अपूर्ण आकलन होऊ शकते.

२) वस्तूनिष्टपणा आणि पक्षपात :

निर्णय घेण्याचा दृष्टिकोन असे गृहीत धरतो की निर्णय घेणारे तर्कशुद्ध आणि वस्तुनिष्ठ आहेत. तथापि, संज्ञानात्मक पूर्वाग्रह, वैयक्तिक विश्वास आणि राजकीय प्रेरणा निर्णयांवर प्रभाव टाकू शकतात, ज्यामुळे तर्कसंगत गणनेपासून विचलित होणाऱ्या निवडी होऊ शकतात.

३) माहितीची मर्यादा :

निर्णयांची अचूकता माहितीची गुणवत्ता आणि उपलब्धता यावर अवलंबून असते. अपूर्ण किंवा चुकीच्या माहितीमुळे सर्वोत्कृष्ट निवडी होऊ शकतात आणि निर्णय घेणार्यांना मर्यादित माहितीसह कार्य करण्याची आवश्यकता असू शकते.

४) भविष्यसूचक अचूकतेचा अभाव :

निर्णय-निर्धारण दृष्टीकोन भूतकाळात कसे निर्णय घेतले गेले होते याबद्दल अंतर्दृष्टी प्रदान करू शकतो, परंतु ते भविष्यातील निर्णय किंवा परिणामांचा नेहमीच अचूक अंदाज लावू शकत नाही. थोडक्यात भागधारक आणि परिस्थिती बदलू शकतात, भूतकाळातील नमुने कमी संबंधित आहेत.

५) बाह्य घटकांचा प्रभाव :

सरकारी संस्थांमध्ये घेतलेले निर्णय अनेकदा बाह्य घटकांवर प्रभाव टाकतात, ज्यात राजकीय दबाव, सार्वजनिक मत आणि जागतिक घटना यांचा समावेश होतो. निर्णय घेण्याचा दृष्टीकोन या बाह्य प्रभावांची व्याप्ती पूर्णपणे पकडू शकत नाही.

६) भावनिक आणि मानसिक घटकांकडे दुर्लक्ष करणे :

दृष्टीकोन निर्णय प्रक्रियेत भावना, मानसिक घटक आणि परस्पर गतिशीलता यांची भूमिका कमी करू शकतो. भावनिक विचारांमुळे निवडींवर लक्षणीय परिणाम होऊ शकतो, परंतु ते नेहमी सहजपणे मोजता येण्याजोगे किंवा अंदाज लावता येत नाहीत.

७) संदर्भातील सूक्ष्मतेचा अभाव :

निर्णय-निर्धारण दृष्टीकोन विशिष्ट प्रकरणांमध्ये निर्णयांना आकार देणाऱ्या अद्वितीय संदर्भ घटकांकडे दुर्लक्ष करू शकतो. संस्कृती, इतिहास आणि शासन संरचनांमधील फरकांमुळे एका परिस्थितीत केलेल्या निवडी थेट दुसऱ्याला हस्तांतरित करता येणार नाहीत.

८) निर्णय घटकांची मर्यादित व्याप्ती :

लोकप्रशासनात निर्णय घेण्यावर परिणाम करणारे सर्व घटक या दृष्टिकोनात समाविष्ट नसतात. निर्णय घेण्याच्या प्रक्रियेसाठी अविभाज्य असलेल्या नैतिक, सामाजिक आणि सांस्कृतिक परिमाणांकडे दुर्लक्ष करताना ते तर्कशुद्ध विचारांवर जोर देऊ शकतात.

९) अपारंपरिक दृष्टीकोन कैद करण्यात असमर्थता :

काही सार्वजनिक प्रशासन निर्णय मानक तर्कसंगत किंवा वाढीव प्रारूपाला अनुरूप नसतात. नवकल्पना, व्यत्यय आणि प्रतिमान बदल या दृष्टिकोनाकडे दुर्लक्ष केले जाऊ शकते, त्याची लागू क्षमता मर्यादित करते.

१०) परिणामांचे मूल्यांकन करण्यात अडचण :

निर्णय-निर्धारण दृष्टीकोन निवड करण्याच्या प्रक्रियेवर लक्ष केंद्रित करतो, परंतु त्या निवडींच्या परिणामांचे मूल्यांकन करणे जटिल असू शकते. परिणामांवर अनपेक्षित चलांचा परिणाम होऊ शकतो, ज्यामुळे यश किंवा अपयशाचे श्रेय केवळ निर्णय घेण्याच्या प्रक्रियेला देणे आव्हानात्मक बनते.

११) औपचारिक निर्णय घेण्यावर जास्त भर :

निर्णय-निर्धारण दृष्टीकोन प्रामुख्याने नोकरशाही संरचनांमधील औपचारिक निर्णय प्रक्रियेवर लक्ष केंद्रित करतो. अनौपचारिक निर्णय घेणे, अनौपचारिक नेटवर्क आणि तळागाळातील उपक्रमांकडे पुरेसे लक्ष दिले जात नाही.

१२) मर्यादित व्यावहारिक अर्ज :

हा दृष्टीकोन निर्णय घेण्याच्या प्रक्रियेत अंतर्दृष्टी प्रदान करत असताना, या अंतर्दृष्टींचे व्यावहारिक शिफारशींमध्ये रूपांतर करून निर्णय घेण्याच्या प्रक्रियेत सुधारणा करणे आव्हानात्मक असू शकते. निर्णय घेण्याचे जटिल आणि संदर्भ-विशिष्ट स्वरूप थेट लागू होण्यात अडथळा आणू शकते.

१.४ पर्यावर्णात्मक दृष्टीकोन :

लोकप्रशासनाचा अभ्यास पर्यावरणात्मक दृष्टिकोनातून होणे आवश्यक आहे. असे मत काही विचारवंतानी व्यक्त केले आहे. आज एकविसाव्या शतकात लोकप्रशासनाचा अभ्यास अधिक संशोधन आणि विश्लेषण पध्दतीने होऊ लागला आहे. विशिष्ट वातावरणात विशिष्ट स्वरुपाचे प्रशासन अनुकुल व उपयुक्त ठरते. देशाची राजकीय परिस्थिती व आर्थिक परिस्थितीचा विचार करुन प्रशासनव्यवस्था निर्माण करावी लागते. थोडक्यात लोकप्रशासनाचे स्वरुप समजून घेण्यासाठी त्यावर होणाऱ्या पर्यावरणाच्या परिणामाचा अभ्यास करणे आवश्यक ठरतो, म्हणूनच आजघडीस लोकप्रशासनाच्या अभ्यासासाठी पर्यावरणात्मक दृष्टिकोनास अधिक महत्व देण्यात आलेले आहे.

१.४.१ लोकप्रशासनाच्या अभ्यासाचा पर्यावरणात्मक दृष्टिकोन :

जॉन गॉस, फेरेल, हेडी, रोस्को मार्टिन, रॉबर्ट डाल्हू आणि प्रो. रिग्ज यांनी इत्यादी विचारवंतांनी पर्यावरणात्मक दृष्टिकोनातून लोकप्रशासनाचे अध्ययन केले. प्रो. रिग्ज यांनी आपल्या दि. इकॉलॉजी ऑफ पब्लिक ॲडमिनिस्ट्रेशन या ग्रंथात पर्यावरणात्मक दृष्टिकोनाचे महत्व विशद केले आहे. त्याप्रमाणे वनस्पती व प्राणी यांच्यावर सभोवतालच्या वातावरणाचा प्रभाव पडून क्रिया प्रतिक्रिया घडून येतात. याप्रमाणे लोकप्रशासनावर सभोवतालच्या परिस्थितीचा प्रभाव पडत असतो. भू-प्रदेश, लोक, सामाजिक परिस्थिती, भौतिक परिस्थती, संस्कृती अशा विविध घटकांचा प्रशासन व्यवस्थेवर प्रभाव पडतो.

१.४.२ स्पष्टीकरण :

लोकप्रशासनाच्या व्यवस्थेवर सामाजिक, आर्थिक, भौगोलिक अशा परिस्थितीचा परिणाम होत असतो. या दृष्टीकोनातून लोकप्रशासनाच्या अभ्यासाचा पर्यावरणात्मक दृष्टिकोन पुढील घटकांच्या आधारे स्पष्ट करता येईल.

१) आर्थिक वातावरण :

लोकप्रशासनाचे स्वरुप, रचना व कार्य यावर आर्थिक परिस्थितीचा प्रभाव पडत असतो. देशात उपलबध साधण सामग्री, आर्थिक व्यवहार, व्यापार, आयात-निर्यात, उत्पादनव्यवस्था, आर्थिक नियंत्रण, विकास योजना इत्यादी गोष्टींचा विचार करुन प्रशासनाचे स्वरुप आणि पध्दती ठरविली जाते. विकसनशील देश आणि प्रगत देश यातील प्रशासन पध्दती भिन्न असते. अमेरिका, इग्लंड, फ्रान्स, जर्मनी, जपान हे देश औदयोगिकदृष्टया संपन्न आहेत. या देशातील प्रशासकीय यंत्रणा अदययावत व सुव्यवस्थितअशी आहे. प्लॅटिन अमेरिका, आफ्रिका व आशिया खंडातील प्रगत, अप्रगत, विकसनशील देशातील आर्थिक स्थिती खालावलेली असल्यामुळे उत्पादन, सुसंपन्नता या दृष्टीने हे देश मागासलेले आहेत. त्यामुळे त्यांची प्रशासकीय यंत्रणा आर्थिक परिस्थितीचा विचार करुनच निम्रण करावी लागते. आर्थिक प्रगती होण्यासाठी भारताने सोव्हिएत रशियातील पंचवार्षिक योजनांची पध्दती स्वीकारली. त्या दृष्टीने भारताने आपले आर्थिक धोरण, नियोजन, प्रशासन निश्चित केले आहे. एकुणच लोकांच्या गरजा, उपलब्ध साधन सामग्रीचा वापर अत्याधुनिक उत्पादन यंत्रणा, जागतिक बाजारपेठ, खुली व्यापारी स्पर्धा, प्रशिक्षित, कुशल कामगार वर्ग इत्यादी स्वरुपाच्या आर्थिक वातावरणाचा विचार करुनच प्रशासकीय रचना व पध्दतीचा स्वीकार करणे प्रतयेक राज्याला अधिक हिताचे व उपयुक्त ठरते.

२) सामाजिक वातावरण :

सामाजिक परिस्थितीचा राज्याच्या प्रशासनावर प्रभाव पडत असतो. समाजातील वर्ग, समूह, संस्था, संघटना, सामाजिक परिषद, सामाजक मूल्ये यांचा शासनावर दबाव, प्रभाव पडून प्रशासकीय स्वरुप निश्चित होत असते. सामाजिकप्रथा, परंपरा, रुढी रितीरिवाज, लोकव्यवहार, इत्यादींचा लोकप्रशासनावर प्रभाव पडत असतो. सामान्यतः धर्म, वंश, भाषा, संस्कृती, आर्थिक परिस्थिती इत्यादी घटकांच्या आधारे समाजात वर्ग निर्माण होत असतात.

समाजातील विविध वर्गांच्या परस्परसंबंधाचा प्रीााव लोकप्रशासनावर पडताना दिसतो. काहीवेळा वर्ग विग्रह, वर्णभेद, भाषा भेद, प्रादेशिक संघर्ष यांचा परिणाम प्रशासकीय यंत्रणांवर पडतो. अमेरिकेत वर्णभेदाचा (काळा, गोरा), इंग्लंडमध्ये ख्रिश्चन धर्म-पंथांचा (कॅथेलिक, प्रॉटेस्टंट), आखाती राष्ट्रांत इस्लामी धर्माचा प्रशासकीय व्यवस्थेवर आणि कार्यपध्दतीवर परिणाम झालेला दिसून येतो. भारतात विविध धर्मांचे, जातींचे, भाषेचे लोक राहतात, त्यांच्यात ऐक्य, एकात्मता प्रस्थापित करण्यासाठी भरताने धर्मनिरपेक्षता धोरणाचा पुरस्कार केलेला आहे. सामाजिक समता, सामाजिक न्याय प्रस्थापित करण्याच्या उद्देशाने भारतीय शासन आणि प्रशासन कार्यान्वित असलेले दिसते. थोडक्यात, प्रत्येक देशाच्या सामाजिक पर्यावरणाचा परिणाम त्या देशाच्या प्रशासकीय यंत्रणेवर आणि प्रशासकीय कार्यावर होताना दिसतो.

३) सांस्कृतिक वातावरण :

सामान्यतः भाषा, इतिहास, धर्म, चालीरीती, शैक्षणिक मूल्ये, नीतितत्वे, आदर्श, जनसंपर्काची साधने इत्यादी सांस्कृतिक घटकांचा राज्य प्रशासनावर प्रभाव पडत असतो. देशात कोणत्या स्वरुपाची संस्कृती आहे यावर त्या देशाची प्रशासकीय संस्कृती निश्चित होत असते. देशाची सांस्कृतिक जडण-घडण कशी आहे. यानुसार त्या देशाची प्रशासकीय संघटना योजना, ध्येयधोरणे निश्चित करुन विकास कार्यक्रम राबवित असते. सांस्कृतिक मूल्ये, आदर्श यांना अनुसरुन राज्याच्या प्रशासनाला आपले ध्येयधोरण आणि कार्य यांचे समायोजन करावे लागते. सांस्कृतिक पर्यावरणाचे घटक पुढील प्रमाणे आहेत :

i) भाषा :

भाषा या सांस्कृतिक सघटकाचा प्रशासनावर फार मोठा प्रभाव पडताना दिसतो. एकच भाषा बोलणाऱ्या देशात सांस्कृतिक ऐक्यामुळे प्रशासकीय कार्य अधिक सुलभ व यशस्वी झालेले दिसते. इंग्लिश ही एकच प्रभावी भाषा असल्यामुळे इंग्लंड, अमेरिका या देशांच्या प्रशासनात ऐक्य, एकजिनसीपणा आणि सुलभता निर्माण झालेली आहे. परंतु भारतासारख्या बहुभाषिक राष्ट्रात सांस्कृतिक ऐक्य प्रस्थापित करण्यासाठी राष्ट्रभाषेची गरज भासली. भाषाभिन्नतेमुळे राष्ट्रीय विकास कार्यक्रम व ध्येयधोरणे राबविण्यामध्ये अनेक अडचणी व समस्या निर्माण होताना दिसतात. सामान्य लोकांना त्यांच्या लोकभाषेत योजना समजावून देणे आणि त्या योजना यशस्वी करणे यासाठी सर्वांची एकच भाषा असावी लागते. भारतात हिंदी ही राष्ट्रभाषा म्हणून स्वीकारली असली तरीही अजूनही दक्षिणेकडील अनेक राज्ये प्रादेशिक भाषा आणि इंग्रजी भाषा यांच्या प्रभावाखाली आहेत. त्यामुळे भारताच्या प्रशासकीय कार्यात भाषा माध्यमाचा प्रश्न एक अडथळा निर्माण झालेला आहे.

ii) जनसंपर्क :

प्रशासकीय कार्य सुलभ व यशस्वी करण्यासाठी देशात जनसंपर्काची अद्ययावत व प्रभावी साधने आवश्यक असतात. दूरध्वनी, नभोवाणी, दूरदर्शन, वृत्तपत्रे इत्यादी माध्यमांद्वारे प्रशासकीय संचालन सुलभ होते. प्रशासकीय आदेश, शासकीय ध्येयधोरणे आणि कार्यक्रम यांची माहिती जनतेपर्यंत पोहचविण्याचे कार्य जनसंपर्क साधनांद्वारे होत असते. अद्ययावत दळणवळणाची साधने प्रशासकीय कार्यांना गतिशील बनवितात. जनसंपर्कामुळे लोकमत जागृत व अनुकूल होऊन प्रशासनकार्य यशस्वी होऊ शकते.

iii) धर्म :

धार्मिक मतभेदामुळे आणि संघर्षामुळे सामाजिक विषमता निर्माण होते. त्यामुळे प्रशासनात नेतृत्व, नियंत्रण, समन्वय याबाबत अनेक समस्या उद्भवतात. एकाच धर्माचे लोक असतील तर त्या देशाच्या प्रशासनात एकता निर्माण होते. प्रशासनात धर्मनिरपेक्षतेचे तत्व स्वीकारले तर विविध धर्माचे लोकही ऐक्याच्या भवनेने राहू शकतात. प्रशासकीय यंत्रणेत आणि कार्य पध्दतीत धर्म निरपेक्षतेचे तत्व स्वीकारुन सर्वधर्म समभावाने सर्वांना समानतेची वागणूक दिली असता प्रशासकीय एकात्मता प्रस्थापित होऊ शकते.

४) राजकीय वातावरण :

राज्याच्या प्रशासनावर राजकीय परिस्थितीचा प्रभाव पडत असतो. शासनपध्दती, राजकीय पक्ष पध्दती, राजकीय परिवर्तन आणि घडामोडी यांचा प्रभाव लोकप्रशासनावर होत असतो. लोकप्रशासन आणि राजकीय संस्कृती यांच्या परस्परसंबंधाचा अभ्यास लोकप्रशासनशास्त्रात केला जातो. लोकशाही शासनपध्दती असणाऱ्या देशाचे प्रशासन हे साम्यवादी किंवा सर्वंकष शासनपध्दती असणाऱ्या देशाच्या प्रशासनाहून भिन्न असते. राज्याने कोणत्या स्वरुपाची राज्यघटना स्वीकारली आहे त्यानुसार तेथील प्रशासकीय यंत्रणा आणि कार्यपध्दती निर्माण केली जाते. प्रो. फेरेल हेडी यांनी राजकीय परिवर्तन, संविधान, पक्षपध्दती आणि शासनपध्दती यांचा विचार करुन राज्याच्या प्रशासनाच वर्गीकरण पुढीलप्रमाणे केलेले आहे. १) प्रथम श्रेणीचे (उत्कृष्ट) प्रशासनव्यवस्था (फ्रान्स, जर्मनी), २) नागरी संस्कृतीचे प्रशासन (इंग्लंड, अमेरिका), ३) आधुनिक प्रशासनव्यवस्था (जपान), ४) एकपक्षीय प्रशासनव्यवस्था (सेव्हिएट रशिया), ५) परंपरावादी, स्वयंचलित प्रशासन (सौदी अरेबिया, अफगाणिस्तान, लिबिया, इराण, कंबोडिया, लाओस, पेरु), ६) नागरी व लष्करी स्वरुपाचे प्रशासन (पाकिस्तान, इंडोनेशिया, इराक, थायलंड, ब्रह्मदेश, सुदान, सिरिया), ७) बहुपक्षीय स्वरुपाचे स्पर्धात्मक प्रशासन (श्रीलंका, ब्राझील, अर्जेटिना, नायजेरिया, चिली, इस्त्रायल, लेबनान), ८) प्रभावशाली एक पक्ष, अर्ध सत्ता स्पर्धापूर्ण पध्दती प्रशासन (मेक्सिको, भारत), ९) प्रभावी एक पक्ष व गतिमान पध्दतीच प्रशासन (इजिप्त, घाना, गीनी बोलेव्हिया, अल्जेरिया), १०) साम्यवादी सर्वकष पध्दतीच प्रशासन (चीन, पोलंड, झेकोस्लॉव्हेकिया, युगोस्लॅव्हेकिया). प्रो. फेरेल हेडी, आर.सी.टफर, डेव्हिज ॲप्टर, शिल्स इत्यादी विचारवंतांनी राजकीय परिस्थितीचा अभ्यास करुन प्रशासनव्यवस्थेचे वरीलप्रमापणे, विविध प्रकार स्पष्ट केलेले आहेत. एकंदरीत लोकप्रशासनशास्त्रात पर्यावरणात्मक प्रशासकीय दृष्टिकोनाचा अभ्यास महत्वाचा मानला जातो. विशेषतः तुलनात्क प्रशासनाच्या अभ्यासात पर्यावरणात्मक दृष्टिकोणाला विशेष महत्व दिले जाते.

१.४.३ पर्यावरणीय दृष्टिकोनाचे महत्त्व :

लोकप्रशासनातील पर्यावरणीय दृष्टिकोनाचे महत्त्व पुढील मुद्यांच्या आधारे जाणून घेता येईल :

१) सर्वसमावेशक समज :

पर्यावरणीय दृष्टीकोन विविध घटकांमधील परस्परसंबंध आणि परस्परसंवाद लक्षात घेऊन प्रशासकीय प्रणालींची व्यापक समज प्रदान करतो. हा दृष्टीकोन प्रशासकांना विभाग, भागधारक, धोरणे आणि सरकारी संस्थांच्या कामकाजाला एकत्रितपणे आकार देणारे बाह्य घटक यांच्यातील गुंतागुंतीचे संबंध समजून घेण्यास मदत करतो.

२) बदलाशी जुळवून घेणे :

सतत विकसित होत असलेल्या जगात, प्रशासकीय यंत्रणांना नवीन आव्हाने, तंत्रज्ञान आणि सामाजिक बदलांशी जुळवून घेणे आवश्यक आहे. पर्यावरणीय दृष्टीकोन अनुकूलता आणि प्रतिसादाच्या महत्त्वावर जोर देतो. बदलत्या राजकीय, आर्थिक आणि सामाजिक गतिशीलतेच्या प्रतिसादात सरकारी संस्थांना त्यांची धोरणे आणि पद्धती समायोजित करण्यास सक्षम करते.

३) समग्र निर्णय घेणे :

सर्वांगीण दृष्टिकोनाचा अवलंब करून पर्यावरणीय दृष्टीकोन सुप्रसिद्ध आणि संतुलित निर्णय घेण्यास प्रोत्साहन देतो. प्रशासक महत्त्वपूर्ण धोरण आणि कार्यपद्धतीविषयक निवडी करण्यापूर्वी प्रशासकीय यंत्रणेच्या विविध घटकांमधील व्यापक संदर्भ, संभाव्य लहरी प्रभाव आणि परस्परावलंबन यांचा विचार करतात.

४) लवचिकता आणि शाश्वतता :

पर्यावरणीय दृष्टीकोन लवचिकता आणि शाश्वतपणाच्या संकल्पनांवर जोर देतो, जे सरकारी संस्थांच्या दीर्घकालीन परिणामकारकतेसाठी महत्त्वपूर्ण आहेत. लवचिकता निर्माण करून, प्रशासकीय यंत्रणा धक्के, संकटे आणि

अनपेक्षित आव्हानांना अधिक चांगल्या प्रकारे तोंड देऊ शकतात. याव्यतिरिक्त शाश्वतपणाची तत्त्वे हे सुनिश्चित करण्यात मदत करतात की धोरणे आणि कृती समाज व पर्यावरणाच्या दीर्घकालीन कल्याणाशी सरेखित आहेत.

५) प्रणाली विचार :

पर्यावरणीय दृष्टिकोनातून विचार करून प्रणाली लागू करणे प्रशासकांना प्रशासकीय प्रणालींना वेगळ्या भागांऐवजी एकमेकांशी जोडलेले संपूर्ण म्हणून पाहण्यास प्रोत्साहित करते. हा दृष्टीकोन एका क्षेत्रातील बदल इतर क्षेत्रांवर कसा प्रभाव टाकू शकतो हे चांगल्या प्रकारे समजून घेण्यास प्रोत्साहन देतो आणि समस्या सोडवण्याच्या अधिक एकात्मिक दृष्टीकोनास प्रोत्साहित करतो.

६) जटिल समस्यांचे निराकरण करणे :

प्रशासनातील अनेक आव्हाने बहुआयामी असतात आणि त्यात विविध भागधारक आणि हितसंबंध असतात. पर्यावरणीय दृष्टीकोन प्रशासकांना या आव्हानांमध्ये योगदान देणारे घटक आणि परस्परसंवादांची विविधता लक्षात घेऊन जटिल समस्यांचे निराकरण करण्यासाठी संरचनेद्वारे सुसज्ज करते.

७) सहयोग वाढवणे :

पर्यावरणीय दृष्टीकोनातून ठळक केलेले प्रशासकीय प्रणालींचे परस्परावलंबी स्वरूप विविध भागधारकांमधील सहकार्य आणि समन्वयाचे महत्त्व अधोरेखित करते. हा दृष्टीकोन प्रशासकांना समान उद्दिष्टे साध्य करण्यासाठी विविध विभाग आणि यंत्रणांच्या सामर्थ्याचा फायदा घेऊन एकत्र काम करण्यास प्रोत्साहित करतो.

८) प्रतिसादात्मक सार्वजनिक सेवा :

पर्यावरणीय दृष्टीकोन प्रतिसादात्मक आणि प्रभावी सार्वजनिक सेवांच्या वितरणात योगदान देतो. सरकार आणि जनता यांच्यातील गतिमान संवाद समजून घेऊन, प्रशासक विकसित होत असलेल्या गरजा आणि अपेक्षा पूर्ण करण्यासाठी सेवा तयार करू शकतात.

९) नैतिक बाबी :

पर्यावरणीय दृष्टिकोन प्रशासकांना निर्णय घेताना नैतिक परिणाम आणि मूल्ये विचारात घेण्यास प्रवृत्त करतो. हे सुनिश्चित करते की निवडी पारदर्शकता, उत्तरदायित्व, निष्पक्षता आणि सामाजिक न्यायाच्या तत्त्वांशी सरेखित आहेत.

१०) भविष्य-रोधक सरकार :

पर्यावरणीय दृष्टीकोन स्वीकारून सरकारी संस्था भविष्यातील अनिश्चिततेसाठी चांगली तयारी करू शकतात. हा दृष्टीकोन प्रशासकांना बदलांची अपेक्षा करण्यास, आकस्मिक परिस्थितींसाठी योजना करण्यास आणि उदयोन्मुख आव्हानांना सक्रियपणे सामोरे जाण्यास प्रोत्साहित करतो.

१.४.४ पर्यावरणीय दृष्टिकोनाच्या मर्यादा :

लोकप्रशासनातील पर्यावरणीय दृष्टिकोनाच्या काही प्रमुख मर्यादा पुढीलप्रमाणे आहेत :

१) अति सरलीकरण :

प्रशासकीय प्रणालींमध्ये पर्यावरणीय संकल्पना लागू केल्याने अधिक सरलीकरण होऊ शकते. मानवी घटक, राजकीय गतिशीलता, कायदेशीर संरचना आणि सांस्कृतिक प्रभाव यांच्या सहभागामुळे प्रशासकीय प्रणाली नैसर्गिक परिसंस्थांपेक्षा अधिक जटिल आहेत. समानता निर्णय घेण्याच्या आणि धोरणाच्या अंमलबजावणीतील गुंतागुंत पूर्णपणे कैद करू शकत नाही.

२) भविष्यसूचक अचूकतेचा अभाव :

पर्यावरणीय तत्त्वे जरी प्रशासकीय प्रणाली कशा प्रकारे कार्य करतात याबद्दल अंतर्दृष्टी प्रदान करू शकत असले तरी ते नेहमीच भविष्यातील परिणाम किंवा बदलांचा अचूक अंदाज लावू शकत नाहीत. प्रशासकीय प्रणालींच्या गतिशीलतेवर मानवी वर्तनाचा प्रभाव पडतो, ज्याचा अंदाज नैसर्गिक पर्यावरणीय प्रक्रियेपेक्षा कमी असू शकतो.

३) मानवी घटकांकडे मर्यादित लक्ष :

पर्यावरणीय दृष्टीकोन मानवी मानसशास्त्र, संज्ञानात्मक पूर्वाग्रह आणि निर्णय घेण्याच्या आणि प्रशासनातील सामाजिक परस्परसंवादाच्या भूमिकेला पुरेसा संबोधित करू शकत नाही. हे मानवी घटक प्रशासकीय प्रक्रियेवर लक्षणीय परिणाम करतात परंतु पर्यावरणीय संकल्पनांशी थेट संरेखित होऊ शकत नाहीत.

४) राजकीय वास्तवाला कमी लेखणे :

प्रशासकीय यंत्रणा बऱ्याचदा जटिल राजकीय भूदृश्यांमध्ये कार्य करतात. पारिस्थितिक दृष्टीकोन राजकीय दबाव, शक्ती गतिशीलता आणि सरकारी संस्थांमध्ये निर्णय घेण्यास आकार देणारी धोरणात्मक वाटाघाटींची भूमिका पूर्णपणे कैद करू शकत नाही.

५) समानता आणि न्याय यावर मर्यादित भर :

पर्यावरणीय दृष्टीकोन अनुकूलन आणि समतोल यावर भर देत असला तरी, तो समानता, सामाजिक न्याय आणि मानवी हक्कांच्या मुद्यांवर पुरेसे मार्गदर्शन प्रदान करू शकत नाही. हे विचार सार्वजनिक प्रशासनात महत्त्वपूर्ण आहेत परंतु ते पर्यावरणीय तत्त्वांशी थेट जुळत नाहीत.

६) स्थिरतेवर जास्त भर :

पर्यावरणीय प्रणाली स्थिरता आणि समतोल शोधतात, परंतु प्रशासकीय यंत्रणांना अनेकदा व्यत्यय, संकटे आणि जलद बदलांना सामोरे जावे लागते. केवळ स्थिरता आणि समतोल यावर विसंबून राहिल्याने अत्यावश्यक परिस्थितींना प्रभावीपणे प्रतिसाद देण्याच्या क्षमतेत अडथळा येऊ शकतो.

७) कायदेशीर आणि नियामक संदर्भांकडे अपुरे लक्ष :

प्रशासकीय निर्णय अनेकदा कायदेशीर आणि नियामक संरचनेद्वारे निर्देशित केले जातात. पर्यावरणीय दृष्टीकोन प्रशासकीय क्रियांना आकार देणाऱ्या कायदेशीर आणि संस्थात्मक मर्यादांचा पुरेसा विचार करू शकत नाही.

८) भागधारकांच्या हितसंबंधांचे अपूर्ण प्रतिनिधित्व :

पर्यावरणीय दृष्टीकोन परस्परावलंबनांना मान्य करत असताना, प्रशासकीय प्रणालींमध्ये निर्णय घेण्यावर प्रभाव टाकणाऱ्या विविध भागधारकांच्या हितसंबंध आणि शक्ती गतिशीलतेसाठी ते पूर्णपणे जबाबदार नाही.

९) व्यावहारिक मार्गदर्शक तत्त्वांचा अभाव :

पर्यावरणीय दृष्टीकोन एक वैचारिक चौकट प्रदान करते, परंतु त्यात व्यावहारिक वापरासाठी विशिष्ट मार्गदर्शक तत्त्वांचा अभाव असू शकतो. प्रशासन सुधारण्यासाठी आणि निर्णय घेण्याच्या कार्यक्षम धोरणांमध्ये पर्यावरणीय तत्त्वांचे भाषांतर करण्यासाठी प्रशासकांना संघर्ष करावा लागू शकतो.

१०) आर्थिक बाबींवर मर्यादित लक्ष :

पर्यावरणीय तत्त्वे सार्वजनिक प्रशासनाच्या निर्णय प्रक्रियेसाठी अविभाज्य असलेल्या आर्थिक विचार, अर्थसंकल्पाची मर्यादा आणि संसाधन वाटप समस्यांना पूर्णपणे संबोधित करू शकत नाहीत.

११) परिमाण ठरवण्यात अडचण :

पर्यावरणीय तत्त्वे अनेकदा नैसर्गिक परिसंस्थेमध्ये परिमाण आणि मोजली जाऊ शकतात, परंतु प्रशासकीय प्रणालींवर लागू केल्यावर हे आव्हानात्मक असू शकते जेथे चले मानवी वर्तन आणि सामाजिक गतिशीलतेने प्रभावित होतात.

सरावासाठी प्रश्न

प्र. १. दीर्घोत्तरी प्रश्न.

१) लोकप्रशाशनाच्या अभ्यासाच्या ऐतिहासिक दृष्टीकोनाचा अर्थ सांगून त्याची वैशिष्ट्ये स्पष्ट करा.

२) ऐतिहासिक दृष्टीकोनाचे महत्व सांगून त्याच्या मर्यादा विशद करा.

३) नोकरशाही दृष्टिकोनातून लोकप्रशासनाचा अभ्यास कसा केला जातो? ते सांगा.

४) नोकरशाही म्हणजे काय? नोकरशाहीची वैशिष्ट्ये स्पष्ट करा.

५) लोकप्रशासनाच्या अभ्यासाचा निर्णय-निर्धारण दृष्टिकोन विशद करा.

६) निर्णय-निर्धारण म्हणजे काय? निर्णय-निर्धारण प्रक्रियेतल पायऱ्या स्पष्ट करा.

७) निर्णय-निर्धारण दृष्टीकोनाचे महत्व सांगून त्याच्या मर्यादा स्पष्ट करा.

८) लोकप्रशासनाच्या अभ्यासाचा पर्यावरणात्मक दृष्टिकोन स्पष्ट करा.

९) पर्यावरणवादी दृष्टीकोनाचे महत्व सांगून त्याच्या मर्यादा विशद करा.

प्र. २. टिपा लिहा.

१) ऐतिहासिक दृष्टिकोन.

२) नोकरशाही दृष्टिकोन.

३) निर्णय-निर्धारण दृष्टिकोन.

४) पर्यावरणात्मक दृष्टिकोन.

५) वर्तनवादी दृष्टिकोन.

लोकप्रशासनाचे सिद्धांत

प्रकरण २

- २.१ व्यवस्था सिद्धांत
- २.२ तर्कसंगत निवड सिद्धांत
- २.३ तुलनात्मक लोकप्रशासन
- २.४ विकास प्रशासन

प्रस्तावना :

लोकप्रशासनास एक अभ्यास शाखा म्हणून स्वतंत्र दर्जा प्राप्त झाल्यानंतर त्या संदर्भात अनेक सिद्धांत व दृष्टिकोन विकसित होत गेले. लोकप्रशासनाच्या अभ्यास विषयास एक सैद्धांतिक चौकट पुरविण्याचे कार्य या सिद्धांतानी पार पाडले. लोकप्रशासनाच्या अभ्यासात मूल्ये आणि तत्त्वे यांचा अंतर्भात असावा, या भूमिकेतून विवेकी दृष्टिकोन समोर आला. प्रशासनकर्त्यांनी धोरणाची आखणी करताना कोणकोणत्या गोष्टींची दखल घ्यावी? याबाबतची चौकट विवेकी दृष्टिकोन पुरवितो. जगातील वेगवेगळ्या देशांतील प्रशासन व्यवस्थांचा तुलनात्मक अभ्यास करण्याच्या दृष्टिने तुलनात्मक प्रशासनाचा विकास घडून आला. या दृष्टिकोनाद्वारे वेगवेगळ्या प्रशासकीय व्यवस्थांचा अभ्यास करून त्यातील साम्य व भेद स्पष्ट करण्यास मदत झाली. आधुनिक काळात राज्यसंस्थांनी कल्याणकारी भूमिकेचा स्वीकार केल्यामुळे प्रशासनाच्या कार्यप्रणालीत मुलभूत स्वरूपाचा बदल घडून आला. यातून विकास प्रशासन या दृष्टिकोनाचा उदय झाला. विकास कार्ये पार पाडण्यासाठीची व्यूहरचना या दृष्टिकोनाद्वारे स्पष्ट करण्यात आली. त्यामुळे लोकप्रशासनाच्या या सर्व सिद्धांतांची माहिती जाणून घेणे योग्य ठरेल.

२.१ व्यवस्था सिद्धांत :

लोकप्रशासनाच्या अभ्यासाचा व्यवस्था सिद्धांत ही एक वैचारिक चौकट आहे जी सार्वजनिक संस्थांना विशिष्ट उद्दिष्टे साध्य करण्यासाठी त्यांच्या पर्यावरणाशी संवाद साधणारी जटिल प्रणाली म्हणून कार्य करते. हा सिद्धांत जीवशास्त्र, भौतिकशास्त्र आणि अभियांत्रिकी यासारख्या विविध क्षेत्रांमध्ये विकसित झालेल्या सामान्य प्रणाली सिद्धांतातून काढला जातो आणि त्याची तत्त्वे लोकप्रशासनाच्या अभ्यासासाठी लागू करतो. लोकप्रशासनाच्या अभ्यासाचा व्यवस्था सिद्धांतामध्ये एकच व्यक्ती किंवा गट नाही ज्याला त्याचा एकमेव परिचयकर्ता म्हणून श्रेय दिले जाऊ शकते. त्याऐवजी, २० व्या शतकाच्या मध्यात लोकप्रशासनाच्या क्षेत्रात सामान्य व्यवस्था सिद्धांताच्या व्यापक वापराचा भाग म्हणून ते उदयास आले. लोकप्रशासनाच्या संदर्भात विचारसरणीच्या विकासाशी संबंधित एक प्रमुख व्यक्ती म्हणजे लुडविग फॉन बर्टलॅन्फी, ऑस्ट्रियन जीवशास्त्रज्ञ आणि तत्वज्ञानीलोकप्रशासनासह विविध विषयांवर प्रभाव पाडणाऱ्या सामान्य व्यवस्था सिद्धांताची तत्त्वे तयार करण्यासाठी ते ओळखले जातात.

२.१.१ व्यवस्था सिद्धांताचा अर्थ :

लोकप्रशासनाच्या अभ्यासाचा व्यवस्था सिद्धांत ही एक अशी वैचारिक चौकट आहे जी सार्वजनिक संस्था आणि प्रशासकीय प्रक्रियांना विशिष्ट उद्दिष्टे साध्य करण्यासाठी त्यांच्या पर्यावरणाशी संवाद साधणारी जटिल व्यवस्था म्हणून पाहते. हे सामान्य व्यवस्था सिद्धांताच्या विस्तृत क्षेत्रातून काढले जाते, ज्याचा उगम नैसर्गिक विज्ञानांमध्ये झाला आणि त्यानंतर लोकप्रशासनासह विविध विषयांवर लागू झाला.

२.१.२ व्यवस्था सिद्धांताची वैशिष्ट्ये :

लोकप्रशासनाच्या अभ्यासाचा व्यवस्था सिद्धांत अनेक मुख्य वैशिष्ट्यांद्वारे वैशिष्ट्यीकृत आहे जे सार्वजनिक संस्था आणि प्रशासकीय प्रक्रियांना त्यांच्या पर्यावरणाच्या व्यापक संदर्भात समजून घेण्याच्या आणि त्यांचे विश्लेषण करण्याच्या दृष्टिकोनाची व्याख्या करते. या सिद्धांताची प्रमुख वैशिष्ट्ये पुढीलप्रमाणे आहेत :

१) व्यवस्था दृष्टीकोन :

सिद्धांत एक व्यवस्था दृष्टीकोन स्वीकारतो, सार्वजनिक संस्थांना एकमेकांशी जोडलेल्या आणि परस्परावलंबी भागांनी बनलेल्या जटिल प्रणाली मानतो ज्या सामान्य उद्दिष्टे साध्य करण्यासाठी एकत्र काम करतात.

२) पर्यावरणाशी संवाद :

सार्वजनिक संस्थांना त्यांच्या बाह्य पर्यावरणाशी संवाद साधणारी मुक्त व्यवस्था म्हणून पाहिले जाते. या परस्परसंवादांमध्ये संस्था आणि त्याच्या सभोवतालची संसाधने, माहिती आणि अभिप्राय यांची देवाणघेवाण समाविष्ट असते.

३) आदान आणि प्रदान :

सिद्धांत संस्थेमध्ये आदानांच्या प्रवाहावर (जसे की संसाधने, माहिती आणि मागणी) जोर देतो, जे अंतर्गत प्रक्रियेद्वारे प्रदानांमध्ये (जसे की धोरणे, सेवा, नियम) बदलले जातात जे पर्यावरणाकडे परत पाठवले जातात.

४) समग्र समज :

हा सिद्धांत संस्थेतील विविध घटकांमधील संबंध आणि परस्परसंवादावर लक्ष केंद्रित करून सार्वजनिक संस्थांच्या समग्र आकलनास प्रोत्साहन देतो.

५) अभिप्राय यंत्रणा :

संस्थेचा समतोल राखण्यासाठी प्रतिसाद यंत्रणा महत्त्वपूर्ण भूमिका बजावतात. सिद्धांत पर्यावरणाकडून अभिप्राय प्राप्त करण्याचे आणि संस्थेमध्ये समायोजन आणि अनुकूलन करण्यासाठी त्याचा वापर करण्याचे महत्त्व अधोरेखित करतो.

६) अनुकूलन आणि लवचिकता :

सार्वजनिक संस्थांनी परिणामकारक आणि संबंधित राहण्यासाठी त्यांच्या पर्यावरणातील बदलांशी जुळवून घेणे अपेक्षित आहे. या रुपांतरामध्ये बाह्य परिस्थितींना प्रतिसाद देण्यासाठी अंतर्गत प्रक्रिया, धोरणे आणि संरचना समायोजित करणे समाविष्ट आहे.

७) समतोल आणि संतुलन :

सार्वजनिक संस्था त्यांच्या अंतर्गत प्रक्रिया आणि पर्यावरणाच्या मागण्यांमध्ये संतुलन साधण्याचा प्रयत्न करतात. सतत देखरेख, अभिप्राय आणि समायोजनाद्वारे समतोल साधला जातो.

८) पदानुक्रम आणि उपप्रणाली :

मोठ्या संस्था अनेकदा लहान उपप्रणालींनी बनलेल्या असतात, प्रत्येकाची स्वतःची कार्ये आणि उद्दिष्टे असतात. ही उपप्रणाली पदानुक्रमित संरचनेत अंतर्भुतीत केलेली आहे आणि त्यांचे परस्परसंवाद संस्थेच्या एकूण कार्यामध्ये योगदान देतात.

९) संसाधन वाटप :

संस्थात्मक उद्दिष्टे साध्य करण्यासाठी आणि पर्यावरणीय मागण्यांना प्रतिसाद देण्यासाठी वित्तपुरवठा, कर्मचारी आणि तंत्रज्ञान यासारख्या संसाधनांचे कार्यक्षमतेने वाटप करण्याचे महत्त्व सिद्धांताने मान्य केले आहे.

१०) एकाधिक दृष्टीकोन :

सिद्धांत सार्वजनिक संस्थांचे विश्लेषण करताना अनेक दृष्टीकोन आणि भागधारकांचा विचार करण्यास प्रोत्साहित करतो. यामध्ये नागरिक, धोरणकर्ते, कर्मचारी आणि स्वारस्य गटांचे दृष्टिकोन समजून घेणे समाविष्ट आहे.

११) जटिलता आणि गैर–रेखीयता :

सिद्धांत सार्वजनिक संस्था आणि प्रशासकीय प्रक्रियेची जटिलता ओळखतो. हे मान्य करते की कारण–आणि–प्रभाव संबंध अ–रेषीय असतात आणि लहान बदलांमुळे महत्त्वपूर्ण परिणाम होऊ शकतात.

१२) अंतर–विद्याशाखीय प्रभाव :

लोकप्रशासनाच्या व्यवस्था सिद्धांतावर सामान्य व्यवस्था सिद्धांताचा प्रभाव आहे, ज्याचे मूळ जीवशास्त्र, अभियांत्रिकी आणि समाजशास्त्र यासारख्या विविध विषयांमध्ये आहे. हा अंतर–विद्याशाखीय दृष्टीकोन प्रशासकीय प्रणालीची समज समृद्ध करतो.

२.१.३ व्यवस्था सिद्धांताची तत्त्वे :

व्यवस्था सिद्धांताची तत्त्वे खालीलप्रमाणे आहेत :

१) परस्परसंबंध :

सार्वजनिक संस्थांना विभाग, कर्मचारी, धोरणे आणि संसाधने यासारख्या विविध घटकांनी बनलेल्या परस्परसंबंधित आणि परस्परावलंबी प्रणाली म्हणून पाहिले जाते. हे घटक समान उद्दिष्टे साध्य करण्यासाठी एकत्र काम करतात.

२) पर्यावरणाशी संवाद :

सार्वजनिक संस्था मोठ्या बाह्य पर्यावरणातअस्तित्वात असतात ज्यात राजकीय, सामाजिक, आर्थिक आणि सांस्कृतिक घटकांचा समावेश असतो. ते या पर्यावरणाशी संवाद साधतात, आदाने (संसाधने, माहिती, मागण्या) प्राप्त करतात आणि प्रदाने (धोरण, सेवा, नियम) तयार करतात.

३) अभिप्राय यंत्रणा :

व्यवस्था सिद्धांतामध्ये अभिप्राय यंत्रणा महत्त्वपूर्ण आहेत. सार्वजनिक संस्थांना त्यांच्या पर्यावरणातून कार्यप्रदर्शन मूल्यमापन, नागरिकांचा अभिप्राय आणि कायदे व नियमांमधील बदलांच्या स्वरूपात अभिप्राय प्राप्त होतो. हा अभिप्राय संस्थेतील समायोजन आणि रुपांतरांची माहिती देतो.

४) समग्र दृष्टीकोन :

सिद्धांत एकाकीपणाने त्याच्या वैयक्तिक घटकांचे विश्लेषण करण्याऐवजी संपूर्णपणे संस्थेला समजून घेण्याच्या महत्त्वावर जोर देतो. संस्थेचे वर्तन आणि परिणामकारकता त्याच्या भागांमधील परस्परसंवाद आणि संबंधांचा परिणाम आहे.

५) अनुकूलन :

सार्वजनिक संस्थांनी त्यांची सतत कार्यक्षमता आणि प्रासंगिकता सुनिश्चित करण्यासाठी त्यांच्या वातावरणातील बदलांशी जुळवून घेतले पाहिजे. अनुकूलनामध्ये विकसित बाह्य परिस्थितींशी जुळवून घेण्यासाठी प्रक्रिया, धोरणे आणि संरचना समायोजित करणे समाविष्ट आहे.

६) समतोल :

संस्था त्यांच्या अंतर्गत प्रक्रिया आणि बाह्य मागण्यांमध्ये संतुलन राखण्याचा प्रयत्न करतात. संघटनात्मक उद्दिष्टे साध्य करताना बदलांना प्रतिसाद देऊन समतोल साधला जातो.

७) पदानुक्रम आणि उपप्रणाली :

मोठ्या व्यवस्था लहान उपप्रणालींमध्ये विभागल्या जाऊ शकतात, प्रत्येकाची स्वतःची कार्ये आणि ध्येये असतात. लोकप्रशासनात या उपप्रणाली संस्थेतील विविध विभाग किंवा एककांचे प्रतिनिधित्व करू शकतात.

८) संसाधन वाटप :

सिद्धांत संस्थात्मक उद्दिष्टे साध्य करण्यासाठी संसाधने (आर्थिक, मानवी, तांत्रिक) कार्यक्षमतेने वाटप करण्याचे महत्त्व ओळखतो.

२.१.४ व्यवस्था सिद्धांताचे महत्त्व :

लोकप्रशासनाच्या व्यवस्था सिद्धांताला सार्वजनिक संस्थांच्या गुंतागुंत समजून घेण्यासाठी आणि त्यांच्या पर्यावरणाशी परस्परसंवाद समजून घेण्याच्या व्यापक आणि सर्वांगीण दृष्टिकोनामुळे महत्त्व आहे. हा सिद्धांत का महत्त्वाचा आहे याची काही प्रमुख कारणे पुढे दिली आहेत :

१) सर्वसमावेशक विश्लेषण :

सिद्धांत सार्वजनिक संस्थांमधील विविध घटक, प्रक्रिया आणि परस्परसंवादांचे विश्लेषण करण्यासाठी एक व्यापक चौकट प्रदान करतो. हे प्रशासकांना आणि धोरणकर्त्यांना संपूर्ण संस्थेची सखोल माहिती मिळविण्यास मदत करते.

२) पर्यावरण संदर्भ :

सिद्धांत सार्वजनिक संस्था ज्या बाह्य पर्यावरणात कार्य करतात त्या विचारात घेण्याच्या महत्त्वावर जोर देतो. संस्थात्मक उद्दिष्टे, धोरणे, सामाजिक गरजा आणि बदलांसह संरेखित करण्यासाठी हे महत्त्वपूर्ण आहे.

३) बदलाशी जुळवून घेणे :

सार्वजनिक संस्थांनी विकसित होत असलेल्या सामाजिक, राजकीय, आर्थिक आणि तांत्रिक परिस्थितीशी जुळवून घेतले पाहिजे. अनुकूलनावरील सिद्धांताचा भर संस्थांना गतिमान पर्यावरणात संबंधित, प्रतिसादात्मक आणि प्रभावी राहण्यास मदत करतो.

४) प्रभावी संसाधन वाटप :

संस्थेतील आदान आणि प्रदानांच्या प्रवाहाचा विचार करून, सिद्धांत कार्यक्षम संसाधन वाटप करण्यात मदत करते. हे प्रशासकांना इच्छित परिणाम साध्य करण्यासाठी धोरणात्मकरित्या संसाधने वाटप करण्यात मदत करते.

५) अभिप्राय आणि सुधारणा :

सिद्धांत अभिप्राय यंत्रणेच्या स्थापनेला प्रोत्साहन देतो, संस्थांना त्यांच्या कामगिरीबद्दल माहिती प्राप्त करण्यास आणि आवश्यक सुधारणा करण्यास सक्षम करतो. ही पुनरावृत्ती प्रक्रिया संस्थेची प्रभावीता वाढवते.

६) आंतरविद्याशाखीय दृष्टीकोन :

हा सिद्धांत सामान्य व्यवस्था सिद्धांत आणि बहुविध विषयांमधून काढला जातो, जो लोकप्रशासनासाठी आंतरविद्याशाखीय दृष्टिकोनाचा प्रचार करतो. हा एक व्यापक दृष्टीकोन असून नाविन्यपूर्ण समस्या सोडवण्यास परवानगी देतो.

७) समग्र निर्णय घेणे :

संस्थांना परस्परसंबंधित व्यवस्था म्हणून पाहण्याद्वारे, सिद्धांत निर्णय घेणाऱ्यांना त्यांच्या निर्णयांचे संभाव्य परिणाम आणि संस्थेच्या विविध पैलूंवर होणारे परिणाम विचारात घेण्यास प्रोत्साहित करतो.

८) समन्वय आणि सहयोग :

हा सिद्धांत संस्थेतील विविध विभाग आणि उपप्रणालींमधील समन्वय आणि सहकार्याचे महत्त्व अधोरेखित करतो. यामुळे कार्यक्षमता आणि परिणामकारकता सुधारू शकते.

९) धोरणात्मक नियोजन :

संस्था त्यांच्या उद्दिष्टे, मूल्ये आणि बाह्य पर्यावरणाशी सुसंगत असलेल्या धोरणात्मक योजना विकसित करण्यासाठी सिद्धांत वापरू शकतात. हे इच्छित परिणाम साध्य करण्यासाठी एक स्पष्ट दिशादर्शक तयार करण्यास मदत होते.

१०) सुधारित कामगिरी :

व्यवस्था विचारसरणी लागू केल्याने एकूणच संस्थात्मक कामगिरी सुधारू शकते. संस्थेचे वेगवेगळे भाग कसे परस्परसंवाद साधतात हे समजून घेऊन, प्रशासक सुधारण्याचे क्षेत्र ओळखू शकतात आणि लक्ष्यित बदल लागू करू शकतात.

११) सार्वजनिक सेवा वितरण :

सिद्धांताच्या प्रभावी वापरामुळे सार्वजनिक सेवा वितरणात सुधारणा होऊ शकते. अंतर्गत प्रक्रिया आणि संसाधन वाटप इष्टतम करून, संस्था नागरिकांना चांगल्या सेवा प्रदान करू शकतात.

१२) धोरण तयार करणे :

विविध घटकांमधील परस्परसंवाद समजून घेण्यावर सिद्धांताचा भर अधिक माहितीपूर्ण आणि प्रभावी धोरण तयार करण्यास कारणीभूत ठरू शकतो. पद्धतशीर दृष्टीकोनातून जटिल समस्यांचे निराकरण करण्यासाठी धोरणे तयार केली जातात.

२.१.५ व्यवस्था सिद्धांताच्या मर्यादा :

व्यवस्था सिद्धांताच्या काही प्रमुख मर्यादा खालिलप्रमाणे आहेत :

१) सरलीकरण :

संस्थांमधील परस्परसंबंध आणि परस्परसंवादांवर सिद्धांताचा भर काहीवेळेस प्रशासकीय प्रक्रिया आणि बाह्य वातावरणाच्या गुंतागुंतीच्या वास्तविकतेला ओलांडू शकतो.

२) जटिलता व्यवस्थापन :

अत्यंत जटिल आणि गतिमान वातावरणात, विविध परस्परसंवादी घटक प्रभावीपणे कसे व्यवस्थापित करावे आणि संतुलित कसे करावे याबद्दल व्यावहारिक मार्गदर्शन प्रदान करण्यासाठी सिद्धांत संघर्ष करू शकतो.

३) मोजमाप करण्यात अडचण :

काही संकल्पना, जसे की समतोल आणि अनुकूलन परिमाणवाचकपणे मोजणे कठीण आहे. ज्यामुळे संस्था ही उद्दिष्टे किती प्रमाणात साध्य करत आहे याचे मूल्यांकन करणे आव्हानात्मक बनते.

४) स्थिर वि. गतिशील :

सिद्धांत संस्था आणि त्यांच्या पर्यावरणाचे गतिशील आणि विकसित होणारे स्वरूप पूर्णपणे कैद करू शकत नाही. हे कधीकधी संस्थांना त्यांच्या वास्तविकतेपेक्षा अधिक स्थिर म्हणून चित्रित करू शकते.

५) सूचनात्मक मार्गदर्शनाचा अभाव :

व्यवस्था सिद्धांत प्रणाली समजून घेण्यासाठी एक चौकट प्रदान करतो परंतु विशिष्ट संस्थात्मक आव्हानांना कसे सामोरे जावे किंवा कार्यप्रदर्शन कसे सुधारावे याबद्दल विशिष्ट नियमात्मक मार्गदर्शनाची कमतरता असू शकते.

६) अंतर्गत प्रक्रियांवर जास्त भर :

सिद्धांत एखाद्या संस्थेच्या अंतर्गत परस्परसंवादावर जोर देत असला तरी, तो राजकीय दबाव, सांस्कृतिक प्रभाव आणि आर्थिक परिस्थिती यासारख्या बाह्य घटकांच्या प्रभावाला कमी महत्त्व देऊ शकतो.

७) संसाधन मर्यादा :

अनुकूलन आणि लवचिकतेसाठी सिद्धांताच्या शिफारशींची अंमलबजावणी मर्यादित संसाधने, नोकरशाही अडथळे आणि कायदेशीर अडथळ्यांमुळे मर्यादित असू शकते.

८) मानवी वर्तनावर मर्यादित लक्ष :

प्रशासकीय प्रक्रियेतील महत्त्वपूर्ण घटक असलेल्या संघटनांमध्ये मानवी वर्तन, प्रेरणा आणि निर्णय घेण्याच्या भूमिकेसाठी सिद्धांत पूर्णपणे जबाबदार नाही.

९) सीमांमधील अस्पष्टता :

प्रणालीच्या सीमा परिभाषित करणे आव्हानात्मक असू शकते आणि ही अस्पष्टता विश्लेषण आणि निर्णय घेण्याच्या अचूकतेवर परिणाम करू शकते.

१०) तर्कशुद्धतेवर जास्त भर :

सिद्धांत तर्कसंगत निर्णय घेण्याची प्रक्रिया गृहीत धरतो, जी नेहमीच संस्थांमध्ये उपस्थित असलेली वास्तविक निर्णय घेण्याच्या गुंतागुंत आणि वर्तणूक पूर्वाग्रह दर्शवत नाही.

११) सांस्कृतिक आणि संदर्भातील फरक :

विविध प्रदेश आणि संदर्भांमधील सार्वजनिक संस्थांच्या कार्यपद्धतीवर लक्षणीय परिणाम करू शकणाऱ्या सांस्कृतिक आणि संदर्भातील फरकांसाठी हा सिद्धांत पुरेसा विचार करू शकत नाही.

१२) मर्यादित व्यावहारिक उपयोजन :

सिद्धांत एक संकल्पनात्मक चौकट प्रदान करतो, वास्तविक-जगातील परिस्थितींमध्ये त्याची तत्त्वे लागू करणे आव्हानात्मक असू शकते, कारण त्यासाठी सिद्धांताला प्रत्येक संस्थेच्या विशिष्ट संदर्भ आणि परिस्थितीशी जुळवून घेणे आवश्यक असते.

२.२ तर्कसंगत निवड सिद्धांत :

तर्कसंगत निवड सिद्धांत, ज्याला तर्कसंगत कृती सिद्धांत किंवा निवड सिद्धांत देखील म्हटले जाते, विचारांचा संप्रदाय या गृहीतावर आधारित आहे की व्यक्ती त्यांच्या वैयक्तिक प्राधान्यांनुसार कृतीचा मार्ग निवडतात. तर्कसंगत निवड सिद्धांत मानवी निर्णय घेण्याच्या प्रतिमानासाठी वापरला जातो, विशेषत: सूक्ष्मअर्थशास्त्राच्या संदर्भात, जिथे ते अर्थशास्त्रज्ञांना तर्कशुद्धतेद्वारे स्पष्ट केल्याप्रमाणे वैयक्तिक कृतींच्या संदर्भात समाजाचे वर्तन अधिक चांगल्या प्रकारे समजून घेण्यास मदत करते. ज्यामध्ये निवडी सुसंगत असतात कारण त्या त्यानुसार केल्या जातात. उत्क्रांती सिद्धांत, राज्यशास्त्र आणि युद्ध यासह इतर क्षेत्रांमध्येही तर्कसंगत निवड सिद्धांत वाढत्या प्रमाणात लागू केला जातो.

२.२.१ तर्कसंगत निवड सिद्धांताचा अर्थ :

तर्कसंगत निवड सिद्धांत हा सामाजिक शास्त्रातील एक सिद्धांत आहे जो मानवी वर्तनात तर्क करतो आणि सर्वसाधारणपणे सामाजिक जीवन, व्यक्तींच्या तर्कशुद्ध निवडींच्या संदर्भात स्पष्ट केले जाऊ शकते. राजकीय परस्परसंवादासह सामाजिक परस्परसंवाद हा देवाणघेवाणीचा एक प्रकार मानला जातो जिथे अपेक्षित नफा परस्परसंवादातून उद्भवणाऱ्या अपेक्षित खर्चापेक्षा जास्त असल्यास व्यक्ती एकमेकांशी संवाद साधतील. उदाहरणार्थ, मैत्रीने तुमच्यावर लादलेल्या ओझ्यापेक्षा तुम्हाला मैत्रीतून जास्त फायदा होईल असा तुमचा विश्वास असेल तर तुम्ही मैत्रीत प्रवेश करण्याचा निर्णय घेऊ शकता.

२.२.२ तर्कशुद्ध निवड सिद्धांताचे घटक :

तर्कसंगत निवड सिद्धांत ही लोकप्रशासन आणि इतर सामाजिक शस्त्रांमध्ये मोठ्या प्रमाणावर वापरली जाणारी सैद्धांतिक चौकट आहे. हे असे दर्शवते की व्यक्ती आणि संस्था तर्कसंगत गणनेवर आधारित निर्णय घेतात ज्याचा उद्देश त्यांचा स्वार्थ वाढवणे किंवा विशिष्ट उद्दिष्टे साध्य करणे हा असतो. लोकप्रशासनाच्या संदर्भात, तर्कसंगत निवड सिद्धांत हे तपासते की सरकारी संस्था, अधिकारी आणि नागरिक मर्यादित संसाधने आणि स्पर्धात्मक उद्दिष्टांच्या चौकटीत कसे निर्णय घेतात. लोकप्रशासनाच्या संदर्भात र्कशुद्ध निवड सिद्धांताचे घटक पुढीलप्रमाणे आहेत :

१) वैयक्तिक तर्कशुद्धता :

तर्कसंगत निवड सिद्धांत असे गृहीत धरतो की व्यक्ती आणि संस्था तर्कसंगत कर्ते आहेत जे त्यांच्या स्वार्थावर आधारित निर्णय घेतात आणि उपलब्ध पर्यायांचे काळजीपूर्वक मूल्यांकन करतात. या संदर्भात तर्कशुद्धतेचा अर्थ असा आहे की अशी निवड करणे जी समजलेले फायदे जास्तीत-जास्त करतात आणि खर्च कमी करतात.

२) ध्येयाभिमुख वर्तन :

तर्कसंगत निवड सिद्धांत सूचित करतो की सार्वजनिक प्रशासनातील कर्त्यांना स्पष्ट उद्दिष्टे असतात आणि त्यांच्या निर्णय व कृतींद्वारे ही उद्दिष्टे साध्य करण्याचा प्रयत्न करतात. ध्येयांमध्ये धोरणात्मक उद्दिष्टे, अर्थसंकल्पाची कार्यक्षमता वाढवणे किंवा वैयक्तिक प्रतिष्ठा वाढवणे यांचा समावेश असतो.

३) प्राधान्ये आणि उपयुक्तता :

तर्कसंगत कर्त्यांना परिणामांसाठी चांगली-परिभाषित प्राधान्ये असतात आणि त्यांच्या प्राधान्यांच्या आधारावर विविध परिणामांसाठी उपयुक्तता (मूल्ये) नियुक्त करतात. या उपयुक्तता कोणता पर्याय अधिक अनुकूल आहे हे दर्शवून निर्णय घेण्यास मार्गदर्शन करतात.

४) खर्च-लाभ विश्लेषण :

तर्कसंगत निवड सिद्धांतामध्ये निर्णय घेण्यापूर्वी प्रत्येक उपलब्ध पर्यायाशी संबंधित खर्च आणि फायदे यांचे मूल्यमापन करणे समाविष्ट आहे. तर्कसंगत कर्ते सर्वात जास्त निव्वळ लाभ (म्हणजे फायदे वजा खर्च) प्रदान करणारा पर्याय निवडतात.

५) मर्यादा :

तर्कसंगत कर्ते मर्यादित संसाधने (जसे की वेळ, अंदाजपत्रक आणि कर्मचारी) आणि संस्थात्मक नियमांसह मर्यादांमध्ये कार्य करतात. या मर्यादा निर्णय घेण्यावर प्रभाव पाडतात आणि व्यवहार्य निवडींच्या श्रेणीला आकार देतात.

६) अपेक्षित उपयुक्तता :

तर्कसंगत निवड सिद्धांत अपेक्षित उपयुक्ततेची संकल्पना मांडतो, ज्यामध्ये विविध परिणामांच्या संभाव्यतेचे मूल्यांकन करणे आणि प्रत्येक पर्यायासाठी अपेक्षित लाभांची गणना करणे समाविष्ट असते. तर्कसंगत कर्ते सर्वोच्च अपेक्षित उपयुक्ततेसह पर्याय निवडतात.

७) व्यापार बंद आणि तडजोड :

तर्कसंगत कर्ते कबूल करतात की काही उद्दिष्टे साध्य करण्यासाठी मर्यादित संसाधने आणि परस्परविरोधी उद्दिष्टांमुळे व्यापार-बंद किंवा तडजोड आवश्यक असू शकते.

८) सामूहिक निर्णय घेणे :

हा सिद्धांत सार्वजनिक संस्थांमध्ये सामूहिक निर्णय घेण्यावर लागू केला जाऊ शकतो. भिन्न प्राधान्ये आणि वाटाघाटींचे परिणाम लक्षात घेऊन विविध भागधारक एकत्रितपणे कशा निवडी करतात याचे हे परीक्षण करते.

९) धोरण विश्लेषण :

तर्कसंगत निवड सिद्धांताचा वापर सार्वजनिक धोरणाच्या निर्णयांचे विश्लेषण करण्यासाठी केला जातो. धोरणनिर्माते त्यांच्या उद्दिष्टांशी जुळणारे आणि सर्वाधिक अपेक्षित उपयुक्तता असलेले पर्याय निवडण्यासाठी विविध धोरण पर्यायांच्या किंमती आणि फायद्यांचे मापन करतात.

१०) सार्वजनिक निवड सिद्धांत :

तर्कसंगत निवड सिद्धांत हे सार्वजनिक निवड सिद्धांताचे एक उपक्षेत्र आहे, विशेषत: ते सार्वजनिक अधिकाऱ्यांच्या वर्तनावर आणि सरकारमधील निर्णय घेण्यावर राजकीय घटकांच्या प्रभावावर लक्ष केंद्रित करते.

१२) गेम थिअरी :

तर्कसंगत निवड सिद्धांत गेम थिअरीच्या संयोगाने देखील वापरला जाऊ शकतो, जो एकाधिक निर्णय घेणाऱ्यांमधील धोरणात्मक परस्परसंवादाचा अभ्यास करतो. गेम थिअरी अशा परिस्थितींचे विश्लेषण करण्यास मदत करते जिथे एका कर्त्याच्या निवडीचे परिणाम इतरांच्या निवडीवर अवलंबून असतात.

१२) गृहीतके आणि टीका :

हे लक्षात घेणे महत्त्वाचे आहे की तर्कसंगत निवड सिद्धांत परिपूर्ण माहिती, सातत्यपूर्ण प्राधान्ये आणि तार्किक निर्णय घेण्याचे गृहीत धरतो, जे नेहमी वास्तविक-जगातील गुंतागुंत, संज्ञानात्मक मर्यादा आणि पूर्वाग्रह दर्शवू शकत नाहीत.

२.२.३ तर्कसंगत निवड सिद्धांताचे महत्त्व :

तर्कशुद्ध निवड सिद्धांताचे महत्त्व खालील मुद्यांद्वारे स्पष्ट करता येईल :

१) अंदाज लावण्याची शक्ती :

निर्णय घेण्याच्या परिणामांचा अंदाज लावण्यामध्ये तर्कसंगत निवड सिद्धांताची भविष्यवाणी करण्याची क्षमता अमूल्य आहे. तर्कसंगत गणनेवर लक्ष केंद्रित करून, सिद्धांत विश्लेषकांना वेगवेगळी प्रोत्साहने, मर्यादा आणि संधींना व्यक्ती व संस्था कसा प्रतिसाद देऊ शकतात याचा अंदाज घेण्यास सक्षम करते.

२) कार्यक्षम संसाधन वाटप :

तर्कसंगत निवड सिद्धांताच्या मूलभूत तत्त्वांपैकी एक म्हणजे खर्च-लाभ विश्लेषण होय. हे सार्वजनिक प्रशासकांना संसाधन वाटप निर्णयांमध्ये मदत करते, हे सुनिश्चित करते की इच्छित परिणाम साध्य करण्यासाठी संसाधनांचे वाटप चांगल्या प्रकारे केले जाते, ज्यामुळे कार्यक्षमता आणि परिणामकारकता वाढते.

३) धोरण विश्लेषण :

तर्कसंगत निवड सिद्धांत धोरण विश्लेषणामध्ये उपयुक्त ठरते. अपेक्षित उपयुक्ततेवर आधारित पर्यायांचे मूल्यमापन करून आणि खर्च व फायद्यांचे पद्धतशीर मूल्यमापन करून, धोरणकर्ते धोरणात्मक उद्दिष्टांशी जुळणाऱ्या माहितीपूर्ण निवडी करू शकतात.

४) प्रोत्साहन संरचना :

प्रभावी प्रोत्साहन संरचना तयार करण्यासाठी प्रोत्साहनांवरील मानवी प्रतिसादांमधील सिद्धांताची अंतर्दृष्टी आवश्यक आहे. व्यक्ती वेगवेगळ्या प्रोत्साहनांवर कशी प्रतिक्रिया देतात हे समजून घेणे, सार्वजनिक अधिकारी आणि कर्मचाऱ्यांमध्ये इच्छित वर्तनास प्रोत्साहन देणारी बक्षीस प्रणाली तयार करण्यात मदत करते.

५) नोकरशाहीचे वर्तन समजून घेणे :

तर्कशुद्ध निवड सिद्धांत नोकरशहांच्या निर्णय प्रक्रियेवर प्रकाश टाकतो. संस्थात्मक नियमांच्या मर्यादेत वैयक्तिक नोकरशहांच्या स्वार्थाचा विचार करून, प्रशासक सार्वजनिक अधिकारी त्यांच्या जबाबदाऱ्या आणि मर्यादा कशा प्रकारे मार्गक्रमण करतात याबद्दल अंतर्दृष्टी प्राप्त करतात.

६) धोरणात्मक निर्णय घेणे :

उपयुक्तता कमालीकरण आणि तर्कसंगत गणनेवर तर्कशुद्ध निवड सिद्धांताचे लक्ष धोरणात्मक निर्णय घेण्यास मदत करते. सार्वजनिक प्रशासक संघटनात्मक उद्दिष्टांसह कृती आणि निवडी धोरणात्मकपणे संरेखित करू शकतात, एकूण परिणामकारकता आणि प्रभाव वाढवू शकतात.

७) सार्वजनिक सेवा तरतूद :

तर्कशुद्ध निवड सिद्धांत सार्वजनिक संस्था नागरिकांना सेवा कशा पुरवतात याचे विश्लेषण करण्यासाठी दुर्बीण प्रदान करते. खर्च, फायदे आणि उपयुक्तता यांचे मूल्यांकन करून प्रशासक सेवा वितरण सुलभ करू शकतात आणि लोकांचे समाधान सुधारू शकतात.

८) जबाबदारी आणि पारदर्शकता :

उत्तरदायित्व यंत्रणेवर तर्कशुद्ध निवड सिद्धांत लागू केल्याने ते तर्कसंगत निर्णय घेण्याच्या प्रक्रियेशी संरेखित असल्याची खात्री करते. पारदर्शक निर्णयामुळे जबाबदारी वाढते आणि सरकारी कृतींवर जनतेचा विश्वास निर्माण होतो.

९) तुलनात्मक विश्लेषण :

सिद्धांत विविध सार्वजनिक संस्था आणि संदर्भांमध्ये निर्णय घेण्याचे तुलनात्मक विश्लेषण सुलभ करतो. सामान्य नमुने आणि भिन्नता ओळखून धोरणकर्ते प्रभावी धोरणे आणि सुधारणेसाठी क्षेत्रांमध्ये अंतर्दृष्टी प्राप्त करतात.

१०) सार्वजनिक निवड सिद्धांत :

तर्कशुद्ध निवड सिद्धांताचा विस्तार लोकनिवड सिद्धांत हे तपासतो की राजकीय घटक सार्वजनिक निर्णयांवर कसा प्रभाव टाकतात. हे लोकशाही व्यवस्थेतील मतदार, राजकारणी आणि स्वारस्य गटांच्या वर्तनाबद्दल मौल्यवान अंतर्दृष्टी प्रदान करते, राजकीय गतिशीलतेची सखोल समज वाढवते.

२.२.४ तर्कसंगत निवड सिद्धांताच्या मर्यादा :

तर्कसंगत निवड सिद्धांताच्या मर्यादा खालील मुद्यांद्वारे स्पष्ट करता येतील :

१) वैयक्तिक तर्कशुद्धता :

तर्कसंगत निवड सिद्धांताच्या केंद्रस्थानी असे गृहितक आहे की व्यक्ती तर्कसंगत कर्ते आहेत जे उपलब्ध पर्यायांचा काळजीपूर्वक विचार करून निवड करतात. सार्वजनिक प्रशासनाच्या संदर्भात, याचा अर्थ असा आहे की सार्वजनिक अधिकारी आणि निर्णय घेणारे हे धोरणात्मक उद्दिष्टे साध्य करणे, वैयक्तिक मान्यता मिळवणे किंवा जास्तीत जास्त अर्थसंकल्पीय कार्यक्षमतेचा समावेश असले तरीही त्यांच्या स्वार्थासाठी सर्वोत्तम निवडी करण्यासाठी प्रवृत्त होतात.

२) उपयुक्तता कमालीकरण :

तर्कसंगत कर्ते त्यांची उपयुक्तता जास्तीत-जास्त वाढवण्याचा प्रयत्न करतात, जे वेगवेगळ्या परिणामांमधून मिळालेला फायदा किंवा मूल्य दर्शवते. सार्वजनिक प्रशासनामध्ये ही उपयुक्तता आर्थिक लाभापासून एखाद्याची प्रतिष्ठा किंवा राजकीय स्थिती वाढवण्यापर्यंत अनेक घटकांचा समावेश करू शकते. निर्णय घेणारे प्रत्येक निवडीच्या संभाव्य फायद्यांचे त्याच्या संबंधित खर्चाच्या तुलनेत मापन करतात.

३) खर्च-लाभ विश्लेषण :

तर्कसंगत निवड सिद्धांतानुसार निर्णय घेण्यामध्ये विविध पर्यायांशी संबंधित खर्च आणि फायद्यांचे पद्धतशीर मूल्यांकन समाविष्ट असते. सार्वजनिक अधिकारी विविध निवडींमुळे होणाऱ्या संभाव्य नफ्याचे आणि तोट्याचे मूल्यांकन करतात, ज्याचा उद्देश सर्वाधिक निव्वळ लाभ देणारा पर्याय निवडणे आहे. हा दृष्टिकोन कार्यक्षम संसाधन वाटप आणि संघटनात्मक उद्दिष्टांशी सरेखित निर्णय घेण्याची खात्री देतो.

४) प्राधान्ये आणि क्रम :

विविध परिणामांसाठी व्यक्तींना वेगळी प्राधान्ये असतात. ही प्राधान्ये अनेकदा महत्त्वाच्या क्रमाने, निर्णय घेण्यास मार्गदर्शक ठरतात. सार्वजनिक प्रशासनामध्ये, प्राधान्यांमध्ये धोरणात्मक प्राधान्ये, अंदाजपत्रक वाटप आणि विशिष्ट उद्दिष्टे साध्य करण्यासाठी धोरणे समाविष्ट असू शकतात. तर्कशुद्ध कर्ते असे पर्याय निवडतात जे त्यांच्या सर्वाधिक पसंतीच्या परिणामांशी जुळतात.

५) अपेक्षित उपयुक्तता :

तर्कसंगत निवड सिद्धांत अपेक्षित उपयुक्ततेची संकल्पना मांडतो, जिथे निर्णय घेणारे विविध परिणामांच्या संभाव्यतेचे मूल्यांकन करतात आणि प्रत्येक पर्यायासाठी अपेक्षित लाभांची गणना करतात. प्रत्येक निवडीच्या संभाव्य उपयुक्ततेचे मूल्यमापन करून, व्यक्ती माहितीपूर्ण निर्णय घेण्यास सक्षम करून, सर्वोच्च अपेक्षित उपयुक्ततेसह पर्याय निवडतात.

६) मर्यादा :

मर्यादित संसाधने, वेळ आणि संस्थात्मक नियमांच्या मर्यादेत तर्कशुद्ध निवडी केल्या जातात. निर्णय घेताना सार्वजनिक प्रशासक आणि अधिकार्यांनी या निर्बंधांवर समायोजन करणे आवश्यक आहे. अंदाजपत्रक मर्यादा, कायदेशीर नियम आणि नोकरशाही प्रक्रिया निर्णय घेणाऱ्यांसाठी उपलब्ध असलेल्या व्यवहार्य पर्यायांच्या श्रेणीवर प्रभाव टाकतात.

७) सुसंगतता आणि संक्रमणशीलता :

तर्कसंगत निवड सिद्धांत असे गृहीत धरतो की व्यक्ती सातत्यपूर्ण प्राधान्ये आणि संक्रमणात्मक निवडी प्रदर्शित करतात. याचा अर्थ असा की जर एखाद्या व्यक्तीने पर्याय B पेक्षा A आणि पर्याय B ला पर्याय C वर पसंती दिली, तर ते C पेक्षा A पर्यायाला देखील प्राधान्य देतात. हे तत्व तार्किक आणि अंदाज करण्यायोग्य निर्णय घेण्याचे वर्तन सुनिश्चित करते.

८) प्रोत्साहन :

तर्कसंगत निवड सिद्धांत निर्णय घेण्याच्या प्रक्रियेत प्रोत्साहनाची भूमिका ओळखते. सार्वजनिक अधिकारी बक्षिसे वाढवण्यासाठी आणि दंड कमी करण्यासाठी त्यांचे वर्तन समायोजित करून प्रोत्साहनांना प्रतिसाद देतात. उद्दिष्टे साध्य करण्यासाठी कामगिरी बोनसपासून ते धोरणाच्या यशामुळे मिळालेल्या निवडणूक समर्थनापर्यंत प्रोत्साहने असू शकतात.

९) सार्वजनिक वस्तू आणि सामूहिक कृती :

तर्कसंगत निवड सिद्धांत सार्वजनिक वस्तूंची तरतूद आणि सामूहिक कृतीशी संबंधित आव्हाने स्पष्ट करण्यास मदत करते. सार्वजनिक वस्तू, जसे की स्वच्छ हवा किंवा राष्ट्रीय सुरक्षेचा संपूर्ण समाजाला फायदा होतो, परंतु इतरांना खर्च सहन करावा लागेल अशी अपेक्षा असल्यास व्यक्ती त्यांच्या तरतुदीमध्ये योगदान देण्यास संकोच करू शकतात. तर्कसंगत कर्ते प्राप्त झालेल्या फायद्यांच्या तुलनेत त्यांच्या योगदानाचे मापन करतात आणि त्यांच्या वैयक्तिक प्रयत्नांचा अर्थपूर्ण परिणाम होईल की नाही असे मूल्यांकन करतात.

१०) नोकरशाहीचे वर्तन :

लोकप्रशासनात तर्कसंगत निवड सिद्धांत लागू केल्याने नोकरशाहीच्या वर्तनात अंतर्दृष्टी मिळू शकते. संस्थात्मक नियम आणि धोरणांमुळे मर्यादित असलेले सार्वजनिक अधिकारी आणि कर्मचारी त्यांच्या संस्थात्मक भूमिका पार पाडताना त्यांच्या स्वार्थाला अनुसरून निवड करतात. अधिकारी त्यांच्या जबाबदाऱ्या, वैयक्तिक उद्दिष्टे आणि त्यांच्या वरिष्ठांच्या अपेक्षा कशा प्रकारे पार पाडतात यावर सिद्धांत प्रकाश टाकतो.

२.३ तुलनात्मक लोकप्रशासन :

तुलनात्मक लोकप्रशासनाच्या अभ्यासाची सुरुवात दुसऱ्या महायुद्धानंतर झाली. त्यापूर्वी वुड्रो विल्सन, विलियम विलोबी, एल.डी. व्हाईट, एफ. डब्ल्यू.टेलर यांनी लोकप्रशासनासंबंधी जे विचार मांडले ते विचार तुलनात्मक लोकप्रशासनाची पार्श्वभूमी मानावी लागेल. लोकप्रशासनाचे सिद्धांत आणि तत्त्वे मांडणारी ती विचारप्रणाली होती. दुसऱ्या महायुद्धानंतर लोकप्रशासनाच्या अभ्यासात अनेक गंभीर प्रश्न निर्माण झाले. ते प्रश्न सोडविण्याच्या प्रयत्नातून लोकप्रशासनाच्या अभ्यासात शास्त्रीय दृष्टिकोन पुढे आला. हर्बर्ट सायमन, ड्विट वालडो, एडविन स्टीन रॉबर्ट डाल्ह इत्यादी विचारवंतांनी लोकप्रशासनाच्या अभ्यासाला चालना मिळाली. फेरेल हिडी, एल.स्टोक्स,एफ.डब्ल्यू. रिग्ज यांनी लोकप्रशासनाच्या तुलनात्मक अभ्यासाला खरी सुरुवात केलेली आहे. प्रो. मॅक्रिडीस, गॅब्रियल आलमंड, लुसियन पाय, जेम्स कोलमन, सिडने व्हर्बा, मायनर विनर, सीबील, प्रो.वीडनर इत्यादी विचारवंतांनी तुलनात्मक लोकप्रशासनशास्त्राचा दृष्टिकोन स्वीकारून लोकप्रशासनाच्या अभ्यासाला नवी दिशा प्राप्त करून दिली.

२.३.१ तुलनात्मक लोकप्रशासनाचा अर्थ :

लोकप्रशासनासाठी अमेरिकन समुदायाच्या तुलनात्मक प्रशासन गटाने १९६३ मध्ये फ्रेड रिग्ज यांच्या अध्यक्षतेखाली विकसनशील देशांच्या सामाजिक, सांस्कृतिक, राजकीय आणि आर्थिक वातावरणाच्या पद्धतशीर संदर्भात पाहिल्या जाणाऱ्या प्रशासकीय समस्यांचा अभ्यास करण्यासाठी स्थापन केलेल्या तुलनात्मक प्रशासनाची व्याख्या केली आहे. प्रशासन विविध संस्कृती आणि राष्ट्रीय निश्चिती व तथ्यात्मक माहितीच्या मुख्य भागावर लागू सार्वजनिक प्रशासनाचा सिद्धांत, ज्याद्वारे त्याची तपासणी आणि चाचणी केली जाऊ शकते. १९६७ मध्ये प्रशासकीय तुलनात्मक गटाचे (CG) अध्यक्ष फ्रेड डब्ल्यू. रिग्ज यांनी 'तुलनात्मक' हा शब्द केवळ अनुभवजन्य, नामांकित अभ्यासांसाठी वापरला जावा असे मत व्यक्त केले.

२.३.२ तुलनात्मक लोकप्रशासनाचे स्वरूप :

तुलनात्मक लोकप्रशासनाचे स्वरूप विविध देश आणि संदर्भांमधील प्रशासकीय प्रणाली, प्रक्रिया आणि पद्धतींचा अभ्यास व विश्लेषणामध्ये आहे. यामध्ये सार्वजनिक प्रशासनातील समानता, फरक, नमुने आणि प्रवाहांचे परीक्षण करणे समाविष्ट आहे जेणेकरून भिन्न सरकारे आणि संस्था सार्वजनिक व्यवहार कसे व्यवस्थापित करतात याविषयी

अंतर्दृष्टी प्राप्त होईल. तूलनात्मक लोकप्रशासन एकल प्रशासकीय प्रणालीच्या परीक्षेच्या पलीकडे जाते आणि विविध जागतिक अनुभवांमधून तुलना आणि धडे घेण्याचा प्रयत्न करते. तुलनात्मक लोकप्रशासनाचे स्वरूप दर्शविणारे मुख्य पैलू पुढीलप्रमाणे आहेत :

१) देशांची तुलना :

तुलनात्मक लोकप्रशासनामध्ये विविध देशांमधील प्रशासकीय पद्धती, संरचना, धोरणे आणि परिणामांची तुलना करणे समाविष्ट आहे. हे प्रशासकीय दृष्टिकोनातील समानता आणि फरक ओळखण्यास चालना देते.

२) जागतिक दृष्टीकोन :

तुलनात्मक लोकप्रशासनाचे स्वरूप व्याप्तीचा विचार करता जागतिक आहे. आर्थिक, राजकीय आणि सामाजिक विकासाच्या विविध स्तरांवरील प्रशासकीय प्रणालींची सर्वसमावेशक समज प्रदान करण्यासाठी विकसित ते विकसनशील देशांच्या विस्तृत श्रेणीचा यात समावेश आहे.

३) विविध संदर्भ :

तुलनात्मक लोकप्रशासन सांस्कृतिक, ऐतिहासिक, राजकीय, आर्थिक आणि सामाजिक संदर्भ विचारात घेते ज्यामध्ये सार्वजनिक प्रशासन कार्य करते. विविध संदर्भ प्रशासकीय पद्धती आणि परिणामांना आकार देतात, सरकारच्या आव्हानांना तोंड देण्याच्या आणि सार्वजनिक सेवा वितरीत करण्याच्या पद्धतींवर प्रभाव टाकतात.

४) विश्लेषणात्मक चौकट :

प्रशासकीय प्रणालींची तुलना करण्यासाठी संशोधक विविध विश्लेषणात्मक चौकटी वापरतात. या चौकटीमध्ये समानता आणि फरकांचे विश्लेषण करण्यासाठी संरचनात्मक-कार्यात्मक, संस्थात्मक, ऐतिहासिक आणि राजकीय-सांस्कृतिक दृष्टीकोन समाविष्ट असतात.

५) शिकणे आणि अनुकूलन :

तुलनात्मक लोकप्रशासनाचे उद्दिष्ट इतर देशांच्या अनुभवातून शिकणे सुलभ करणे आहे. प्रशासकीय नवकल्पना आणि सुधारणांना चालना देऊन, इतर देशांना तोंड द्याव्या लागलेल्या अडचणी टाळून सरकार यशस्वी पद्धती आणि धोरणे स्वीकारू शकतात.

६) धोरण हस्तांतरण :

तुलनात्मक अभ्यास धोरणे आणि पद्धतींचे हस्तांतरण करण्यास परवानगी देतात जे एका देशात प्रभावी सिद्ध झाले आहेत, ज्यामुळे धोरण नवकल्पना आणि प्रशासन सुधारित होते.

७) संस्थात्मक व्यवस्था :

तुलनात्मक लोकप्रशासन संस्थात्मक संरचना, सार्वजनिक संस्थांच्या भूमिका आणि सरकारच्या विविध शाखांमधील संबंध शोधते. तुलनात्मक विश्लेषण हे घटक प्रशासकीय परिणामकारकतेवर कसा प्रभाव टाकतात याविषयी अंतर्दृष्टी प्रदान करते.

८) सार्वत्रिक सिद्धांतांचा विकास :

प्रशासकीय प्रणालींची तुलना करून संशोधक तत्त्वे आणि सिद्धांत ओळखू शकतात जे विविध संदर्भांमध्ये लागू होतात. ते सार्वजनिक प्रशासनाच्या सार्वत्रिक सिद्धांतांच्या विकासास हातभार लावतात.

९) आव्हाने आणि उपाय :

तुलनात्मक लोकप्रशासन विविध देशांसमोरील आव्हाने आणि या आव्हानांना तोंड देण्यासाठी ते वापरत असलेल्या धोरणांची ओळख करते. हे धोरणकर्त्यांना सामान्य समस्यांसाठी भिन्न दृष्टिकोन समजून घेण्यास मदत करते.

१०) प्रशासकीय पद्धतींची विविधता :

तुलनात्मक लोकप्रशासनाचे स्वरूप प्रशासकीय पद्धतींची विस्तृत श्रेणी नोकरशाहीपासून ते सहभागी, केंद्रीकृत ते विकेंद्रित, श्रेणीबद्ध ते नेटवर्क-आधारित, प्रशासकीय विविधतेचे सर्वसमावेशक दृश्य प्रदान करते.

२.३.३ तुलनात्मक लोकप्रशासनाची व्याप्ती :

तुलनात्मक लोकप्रशासनाच्या व्याप्तीमध्ये खालील घटक समाविष्ट आहेत :

१) प्रशासकीय संरचना आणि संस्था :

तुलनात्मक लोकप्रशासन विविध प्रशासकीय प्रणालींमधील संरचना, पदानुक्रम आणि संस्थात्मक व्यवस्था तपासते. हे विविध सरकारी यंत्रणा, विभाग आणि मंत्रालयांच्या भूमिकांची तपासणी करते, त्यांची रचना आणि कार्य देशभरात कशी आहे याची तुलना करते.

२) नोकरशाही संस्कृती आणि वर्तन :

तुलनात्मक लोकप्रशासन विविध संदर्भांमध्ये नोकरशाहीच्या वर्तनाला आकार देणारे सांस्कृतिक नियम, मूल्ये आणि वर्तणुकीचे स्वरूप शोधते. हे निर्णय घेण्यावर, जबाबदारीवर आणि कार्यक्षमतेवर सांस्कृतिक घटकांच्या प्रभावाचे मूल्यांकन करते.

३) धोरण तयार करणे आणि अंमलबजावणी :

तुलनात्मक लोकप्रशासनामधील तुलनात्मक अभ्यास विविध देशांमध्ये धोरणे कशी तयार केली जातात, त्यांची अंमलबजावणी कशी केली जाते आणि कसे मूल्यमापन करतात यावर लक्ष केंद्रित करतात. यामध्ये राजकीय संस्थांची भूमिका, प्रशासकीय प्रक्रिया आणि धोरण चक्रातील भागधारकांच्या सहभागाचे विश्लेषण करणे समाविष्ट आहे.

४) सार्वजनिक सेवा वितरण :

सेवेची गुणवत्ता, प्रवेश योग्यता आणि प्रतिसाद यासारख्या पैलूंसह सार्वजनिक सेवा नागरिकांपर्यंत कशा पोचविल्या जातात याचे तुलनात्मक लोकप्रशासन मूल्यांकन करते. हे सार्वजनिक-खाजगी भागीदारी किंवा विकेंद्रित सेवा तरतूद यासारख्या विविध यंत्रणांच्या परिणामकारकतेचे परीक्षण करते.

५) शासन आणि उत्तरदायित्व :

हे क्षेत्र शासन यंत्रणेचे मूल्यांकन करते ज्यामध्ये अधिकारांचे पृथक्करण, सत्ता आणि संतुलन तसेच सार्वजनिक अधिकाऱ्यांना जबाबदार धरण्यासाठी यंत्रणा यांचा समावेश होतो. तुलनात्मक विश्लेषण पारदर्शकता सुनिश्चित करण्यासाठी आणि भ्रष्टाचार रोखण्यासाठी प्रभावी मार्गांवर प्रकाश टाकते.

६) विकेंद्रीकरण आणि स्थानिक प्रशासन :

तुलनात्मक लोकप्रशासन विविध देशांमधील विकेंद्रीकरण आणि स्थानिक प्रशासन संरचनांची कार्यपद्धती अधोरेखित करते. हे तपासते की स्थानिक सरकारे केंद्रीय अधिकाऱ्यांशी कसा संवाद साधतात, संसाधने कशी व्यवस्थापित करतात आणि समुदायाच्या गरजा कशा पूर्ण करतात.

७) प्रशासकीय सुधारणा :

तुलनात्मक लोकप्रशासनामधील तुलनात्मक अभ्यास देशांमधील प्रशासकीय सुधारणा प्रयत्नांचे विश्लेषण करतात. यामध्ये प्रशासकीय कार्यक्षमता आणि परिणामकारकता सुधारण्याच्या उद्देशाने केलेल्या सुधारणांच्या प्रेरणा, धोरणे आणि परिणामांचे परीक्षण करणे समाविष्ट आहे.

८) ई-सरकार आणि तांत्रिक नावीन्य :

तुलनात्मक लोकप्रशासन प्रशासकीय प्रक्रिया आणि सेवा वितरण वाढविण्यासाठी देश तंत्रज्ञानाचा कसा वापर करतात याची तपासणी करते. हे ई-सरकार उपक्रम, डिजिटल प्लॅटफॉर्म आणि माहिती आधारित निर्णय घेण्याच्या अवलंबनाचे मूल्यांकन करते.

९) धोरण हस्तांतरण :

एका देशातून दुसऱ्या देशात यशस्वी धोरणे आणि पद्धतींचे हस्तांतरण सुलभ करणे हे तुलनात्मक लोकप्रशासनाचे मुख्य उद्दिष्ट आहे. हे सरकारांना इतरांच्या अनुभवातून शिकण्यास आणि प्रभावी धोरणे स्वीकारण्यास मदत करते.

१०) लोकप्रशासन शिक्षण आणि प्रशिक्षण :

लोकप्रशासन शिक्षण आणि प्रशिक्षण कार्यक्रमांचे तुलनात्मक विश्लेषण भविष्यातील सार्वजनिक सेवक आणि प्रशासक तयार करण्यासाठी सर्वोत्तम पद्धती ओळखण्यास मदत करते.

१२) आपत्ती व्यवस्थापन आणि आपत्ती प्रतिसाद :

तुलनात्मक लोकप्रशासन विविध प्रशासकीय यंत्रणा संकटे, आपत्कालीन परिस्थिती आणि नैसर्गिक आपत्ती कशा हाताळतात हे शोधते. हे आपत्ती सज्जता, प्रतिसाद धोरणे आणि समन्वय यंत्रणा यांच्या परिणामकारकतेचे परीक्षण करते.

१२) सार्वजनिक वित्तीय व्यवस्थापन :

अर्थसंकल्प, कर आकारणी, सार्वजनिक कर्ज आणि राजकोषीय धोरणांसह देश सार्वजनिक वित्तपुरवठा व्यवस्थापित कसे करतात याचे तुलनात्मक लोकप्रशासन मूल्यांकन करते. तुलनात्मक विश्लेषण प्रभावी वित्तीय व्यवस्थापन पद्धतींवर प्रकाश टाकते.

२.३.४ तुलनात्मक लोकप्रशासनाचे महत्त्व :

तुलनात्मक लोकप्रशासनाचे महत्त्व पुढील मुद्यांच्या आधारे स्पष्ट करता येईल :

१) सर्वोत्तम पद्धतींमधून शिकणे :

तुलनात्मक लोकप्रशासन सरकारांना इतर देशांतील यशस्वी प्रशासकीय पद्धती ओळखण्याची आणि त्यांच्या स्वतःच्या संदर्भाशी जुळवून घेण्याची परवानगी देते. ही शिक्षण प्रक्रिया प्रशासकीय नवकल्पना आणि कार्यक्षमतेत सुधारणांना प्रोत्साहन देते.

२) धोरण हस्तांतरण :

तुलनात्मक अभ्यासामुळे एका देशातून दुसऱ्या देशात प्रभावी सिद्ध झालेल्या धोरणांचे हस्तांतरण सुलभ होते. हे यशस्वी धोरणे स्वीकारण्यास गती देते, धोरण विकासामध्ये वेळ आणि संसाधने वाचवते.

३) धोरण नावीन्य :

तत्सम आव्हानांसाठी विविध दृष्टिकोनांचे परीक्षण करून, तुलनात्मक लोकप्रशासन नाविन्यपूर्ण धोरण कल्पनांच्या निर्मितीला प्रोत्साहन देते. संदर्भ-विशिष्ट उपाय विकसित करण्यासाठी सरकार विविध पद्धतींमधून प्रेरणा घेऊ शकतात.

४) तोटे टाळणे :

इतर देशांच्या चुका आणि अपयशातून शिकून सरकारांना महागड्या चुका पुन्हा टाळण्यास मदत होते. तुलनात्मक लोकप्रशासन इतर प्रशासनांसमोरील आव्हाने आणि त्या सोडवण्यापासून शिकलेल्या धड्यांबद्दल अंतर्दृष्टी प्रदान करते.

५) पुराव्यावर आधारित निर्णय घेणे :

सार्वजनिक प्रशासनातील तुलनात्मक संशोधन प्रायोगिक पुराव्यांवर आधारित आहे. इतर देशांतील तत्सम परिस्थितीची माहिती आणि विश्लेषण करून धोरणनिर्माते माहितीपूर्ण निर्णय घेऊ शकतात.

६) वर्धित जबाबदारी :

तुलनात्मक लोकप्रशासन विविध संदर्भांमध्ये प्रभावी सिद्ध झालेल्या उत्तरदायित्व यंत्रणेवर प्रकाश टाकते. हे सरकारांना पारदर्शकता सुनिश्चित करणाऱ्या आणि भ्रष्टाचारास प्रतिबंध करणाऱ्या जबाबदारीच्या चौकटीची रचना आणि अंमलबजावणी करण्यास चालना देते.

७) प्रभावी शासन धोरण :

तुलनात्मक लोकप्रशासनाद्वारे सरकारे प्रभावी प्रशासन धोरणे ओळखू शकतात जे नागरिकांच्या सहभागाला आणि सहकार्याला प्रोत्साहन देतात. ही सार्वजनिक धोरणे निर्णयांची वैधता वाढवतात.

८) सांस्कृतिक संवेदनशीलता :

तुलनात्मक अभ्यास प्रशासकीय पद्धतींवर परिणाम करणारे सांस्कृतिक आणि संदर्भ घटक विचारात घेतात. हा दृष्टिकोन सरकारांना सांस्कृतिक नियम आणि मूल्यांचा आदर करणारी धोरणे तयार करण्यात मदत करतो.

९) शैक्षणिक प्रगती :

विद्वान आणि संशोधकांसाठी तुलनात्मक लोकप्रशासन हे सिद्धांत आणि प्रतिमानाच्या विकासामध्ये योगदान देते जे राष्ट्रीय सीमा ओलांडतात. हे व्यापक दृष्टीकोन आणि अंतर्दृष्टी देऊन लोकप्रशासनाच्या शैक्षणिक क्षेत्रात प्रगती करते.

१०) जागतिक सहयोग :

तुलनात्मक लोकप्रशासन देशांमधील सहयोग आणि ज्ञानाची देवाणघेवाण वाढवते. हे सरकारांना अनुभवांची देवाणघेवाण करण्यासाठी, अनुभव सामायिक करण्यासाठी आणि जागतिक आव्हानांना तोंड देण्यासाठी संयुक्त उपक्रमांवर सहयोग करण्यासाठी एक व्यासपीठ प्रदान करते.

११) आंतरराष्ट्रीय विकासाला चालना देणे :

तुलनात्मक संशोधन शासन आणि सार्वजनिक सेवा वितरणासाठी प्रभावी धोरणे ओळखण्यात मदत करते, जे विकसनशील देशांमध्ये प्रशासन सुधारण्यासाठी काम करणाऱ्या आंतरराष्ट्रीय विकास संस्थांसाठी मौल्यवान असते.

१२) मुत्सद्देगिरी आणि आंतरराष्ट्रीय संबंधांची माहिती :

तुलनात्मक अंतर्दृष्टी प्रशासकीय पद्धतींमध्ये अभिसरण आणि भिन्नता या क्षेत्रांवर प्रकाश टाकून राजनयिक प्रयत्नांची माहिती देऊ शकते. ही समज आंतरराष्ट्रीय सहकार्य आणि वाटाघाटी सुलभ करते.

२.४ विकास प्रशासन :

लोकप्रशासनाने सामाजिक आणि आर्थिक ध्येये प्राप्त करावीत या उद्देशाने विकास प्रशासनाची सुरूवात झाली. जी राष्ट्रे विकास प्रक्रियेत अग्रेसर आहेत, त्यांना विकसित राष्ट्रे म्हटले जाते. तर विकास प्रक्रियेस चालना देण्याच्या प्रयत्नात असणाऱ्या राष्ट्रांना विकसनशील राष्ट्रे मानले जाते. त्यामुळे अशा राष्ट्रांतील प्रशासनाचा उल्लेख करताना विकास प्रशासन ही संज्ञा वापरली जाते. आधुनिक काळात विकास प्रशासनास महत्त्व प्राप्त झाले आहे.

२.४.१ अर्थ :

विकास कार्ये पार पाडण्यासाठी व त्याद्वारे समाज परिवर्तन घडवून आणण्यासाठी कराव्या लागणाऱ्या सर्व प्रशासकीय कार्यांचा समावेश विकास प्रशासनात होतो. विकास प्रशासन ही लोकप्रशासनाची एक उपशाखा आहे. विकास प्रशासन

ही संज्ञा सर्वप्रथम १९५५ मध्ये भारतीय अभ्यासक श्री. गोस्वामी यांनी उपयोगात आणली तर प्रा. रिग्ज यांनी या संकल्पनेस वास्तविक स्वरूप प्रदान केले. विकास प्रक्रिया कधीही पूर्ण होत नसते. त्यामुळे विकास प्रशासन ही सातत्यपूर्ण चालणारी प्रक्रिया आहे. एखाद्या निश्चित ध्येयासाठी परिवर्तनाचा ध्यास घेवून निश्चित दिशेने वाटचाल करणे म्हणजे विकास प्रशासन होय.

२.४.२ व्याख्या :

विकास प्रशासनाच्या व्याख्या पुढील प्रमाणे जाणून घेता येतील :

१) इर्विंग स्वेर्डलो :

''अविकसित देशातील प्रशासनाला समजून घेणे म्हणजे विकास प्रशासन होय.''

२) एडवर्ड वीडनर :

''विकास प्रशासन म्हणजे कार्योन्मुखी, लक्ष्योन्मुखी प्रशासकीय व्यवस्था होय.''

३) एफ. डब्ल्यू. रिग्ज :

'' विकास प्रशासन हे प्रशासकीय समस्या आणि शासनाची सुधारविषयक कार्ये यांच्याशी निगडित असते.''

२.४.३ विकास प्रशासनाची वैशिष्ट्ये :

विकास प्रशासनाची खालीलप्रमाणे काही वैशिष्ट्ये सांगता येतील :

१) परिवर्तनाभिमुख :

विकास या संज्ञेचा अर्थच बदल अथवा परिवर्तन असा होतो. विकास प्रशासनाचा केंद्रबिंदू सामाजिक आणि आर्थिक परिवर्तन घडवून आणणे हाच असतो. विकास प्रशासन परिवर्तनाचा आधारस्तंभ असतो. सामाजिक आणि आर्थिक परिवर्तन हे केवळ विकास प्रशासनाद्वारेच शक्य असते. पारंपरिक प्रशासन कायदा व सुव्यवस्था राखण्याचे कार्य करील, शांतता प्रस्थापित करील; परंतु विकासाची कार्ये पारंपरिक प्रशासनाकडून होणे शक्य नसते. म्हणून विकास प्रशासन व्यवस्था ही पारंपरिक प्रशासन व्यवस्थेहून भिन्न व्यवस्था असते.

२) परिणामाभिमुख :

परिणाम घडवून आणण्याचे कार्य विकास प्रशासन करते. विकास प्रशासनाचा संबंध परिणाम प्राप्तीशी असतो. बदल दर्शविणारे परिणाम विकास प्रशासनाद्वारे प्राप्त करता येतात. ध्येय आणि कृतीची शीघ्रतेने अंमलबजावणी करून सरळ-सरळ परिणाम मिळू शकतो. उदा. प्रत्येक व्यक्तीच्या उत्पन्नात वाढ झालेली दिसून येते. ही वाढ विकास प्रशासनाचा परिणाम म्हणून सांगता येईल. विकास प्रशासनाद्वारे शिक्षणाचा विकास आणि विस्तार, आरोग्यासंबंधीच्या सेवांची व्यवस्था अशा कितीतरी कल्याणकारी सुविधांची पूर्तता करणे आणि त्या क्षेत्रातील समस्या सोडविणे हे कार्य लवकरात लवकर विकास प्रशासनामार्फत केले जाते.

३) विकासाशी वचनबद्धता किंवा बांधीलकी :

विकास प्रशासनाचे एक वैशिष्ट्य असे आहे की, हे विशिष्ट कार्य करण्यासाठी बांधील असते. विकास प्रशासनातील सर्व प्रक्रिया व त्या राबविणारा प्रशासकवर्ग हा त्या विशिष्ट कार्यासाठी कटिबद्ध असला पाहिले. त्याने ते विशिष्ट कार्य वेळेच्या आत आणि ठरलेल्या जागी केले पाहिजे. यासाठी विकास प्रशासन वचनबद्ध असले पाहिजे. विकास प्रशासनाची ही बांधीलकी प्रशासनाच्या विकासासाठीदेखील कारणीभूत ठरते आणि विकसित प्रशासन व्यवस्था जनतेचा सर्वांगीण विकास करण्याचा मार्ग प्रशस्त करते. निश्चित कालावधीत कार्य पूर्ण करण्याच्या दृष्टीने विकास प्रशासनाला कार्यरत राहावे लागते. त्या विकास कार्यात जास्तीत जास्त रूची वाढवून कार्य पूर्णत्वाला नेणे आवश्यक असते.

४) ग्राहकाभिमुख :

विकास प्रशासनाची अशी एक विशेषता असते की, ते नागरिकांना सेवा पुरविण्यास कटिबद्ध असते. नागरिक हे ग्राहकांप्रमाणेच असतात. ग्राहकांचे समाधान हे जसे विक्रेत्याचे ध्येय असावे लागते, तसेच नागरिकांचे समाधान हे विकास प्रशासनाचे ध्येय असावे लागते. त्याप्रमाणे विशिष्ट जनसमूहांच्या आवश्यकतांकडे विशेष लक्ष पुरविण्याचे कार्य विकास प्रशासनाला करावे लागते. त्या दृष्टीनेच विकास प्रशासनाची सकारात्मक व आग्रही भूमिका असावी लागते. ग्राहक हा उपभोक्ता असतो. तो उत्पादकाच्या उत्पादित वस्तूंचे मूल्यांकन करतो. त्याप्रमाणे नागरिक विकास प्रशासनाच्या वतीने केल्या जाणाऱ्या कार्यांचे मूल्यांकन करत असतात. जेव्हा एखाद्या बाबीचे मूल्यांकन होणार असते तेव्हा ती बाब काळजीपूर्वक पूर्ण करणे गरजेचे असते. त्याप्रमाणेच विकास प्रशासन हे जनतेप्रती काळजीपूर्वक उचलले जाणारे पाऊल असते.

५) समयबंधनता :

विकास प्रशासनाला वेळेचे/काळाचे भान ठेवणे आवश्यक असते. विशिष्ट कालावधीत कार्य पूर्ण करण्यावर भर दिला पाहिजे. विकासाचे कार्य रेंगाळता कामा नये. विकासात गर्भित असलेला अर्थ गतिशीलता आहे. त्यामुळे विकासाची एक निश्चित गती कायम ठेवून ठरविलेल्या कालावधीत विकास कार्यक्रम किंवा प्रकल्प पूर्ण झाले पाहिजेत. उशिरा मिळणारा न्याय हा जसा अन्यास ठरू शकतो, तद्वतच उशिरा केलेली सोय ही गैरसोय ठरू शकते. म्हणून 'निश्चित कालसीमा' हे विकास प्रशासनाचे एक महत्त्वाचे वैशिष्ट्य आहे.

६) विकासात्मक स्वरूप :

विकास प्रशासनाची प्रकृती ही विकासात्मक स्वरूपाची असते. मर्ले फेन्सोडने म्हटल्याप्रमाणे विकास प्रशासन नवीन सुधारणा आणि अभिनव प्रयोगांवर आधारलेले असते. नावीण्यपूर्ण स्वरूपाचे विकास प्रशासन असते. विकासात्मक कार्यक्रम घेऊनच ते प्रत्यक्ष क्षेत्रात कार्यास उतरत असते. नवीन प्रयोग करण्यामागचा उद्देश हा असतो की जुन्या प्रशासन व्यवस्थेतील दोष दूर करणे. नवीन प्रयोगांद्वारे जनतेचे कल्याण करणे. एक गोष्ट मात्र सत्य आहे की, अधिकतम कल्याण हे विकासात्मक प्रवृत्ती असल्यासच होऊ शकते.

७) सर्जनशीलता :

नावीन्यातूनच सर्जनता विकसित होते. नावीन्यपूर्ण असलेल्या साधनात सर्जनक्षमता अधिक असते. सर्जनशीलता म्हणजे नवीन क्षमता निर्माण करणे, नवीन शक्ती निर्माण करणे, नवीन विचार देणे होय. हे सर्व नावीन्य आणण्यासाठी शासनाने प्रोत्साहन देणे आवश्यक असते. म्हणून विकास प्रशासनाचे एक वैशिष्ट्य आहे की, 'क्रियेटिव्हिटी' ला महत्त्व देणे. प्रसंगी 'क्रियेटिव्हिटी' लाच प्राधान्य देणे आणि विकास प्रशासनाचे उपेक्षित उद्दिष्ट साध्य करणे.

८) आधुनिकीकरण :

विकासशील देशांनी आधुनिक दृष्टिकोन स्वीकारणे क्रमप्राप्त असते. परिर्वतन घडवून आणण्यासाठी आधुनिक बनणे आवश्यक असते. राजकीय, सामाजिक, आर्थिक, सांस्कृतिक, औद्योगिक अशा सर्वच क्षेत्रात आधुनिकीकरण करण्याच्या दृष्टीने विकास प्रशासन प्रयत्नशील असते. विकासाचे मोजमाप त्या विकास कार्यासाठी स्वीकारलेल्या आधुनिकीकरणाच्या तत्त्वाधारे होत असते. आधुनिकता हा विकास कार्याचा मापदंड म्हटला पाहिजे. वरील दोन मुद्यांमध्ये (६ आणि ७) स्पष्ट केलेली विकासाची वैशिष्ट्ये ही आधुनिकतेला धरूनच आहेत.

९) जन – आकांक्षांची पूर्ती :

निर्धारित सेवांची उपलब्धता करणे हे तर विकास प्रशासनाचे मुख्य कार्य तर आहेच. त्याचबरोबर जनतेच्या अपेक्षांची पूर्ती करणे शासनाचे आद्यकर्तव्य असते. जनतेच्या या बदलत्या आणि वाढत्या अपेक्षांची पूर्तता

करण्यासाठी विकास प्रशासनालाच कार्य करीत राहावे लागते. काही काळापूर्वी जनता शासनाकडून संरक्षण आणि शांतता राखण्याची अपेक्षा करत असे तीच जनता आज शासनाकडून फार मोठ्या अपेक्षा करू लागली आहे. विविध सेवांच्या पूर्ततेसाठी विकास प्रशासनाला वाढत्या सेवांची योग्य ती दखज घेऊन त्याप्रमाणे कार्य करावे लागते.

१०) पुरोगामित्व :

विकास प्रशासनाचे हे एक वैशिष्ट्य आहे. विकास प्रशासन हे उद्‌गामी, पुरोगामी, प्रगतिशील, प्रगतिकारक स्वरूपाचे असते. विकास प्रशासन हे क्रमवर्धी असते. ते वाढत्या स्वरूपाचे असते. उदा. प्रशासकांना प्रशिक्षण देणे जेणेकरून त्यांना नवीन तंत्रज्ञान आणि विज्ञान यांची माहिती होऊन प्रशासन गतिशील ठेवता येईल. बदलते तंत्रज्ञान प्रशासकांना अवगत करून देणे हे त्या प्रशासनाचे पुरोगामित्व दर्शविते. पुरोगामी विचारानेच पुढे जाता येते. प्रशासन व्यवस्थेतील चढताक्रम हे विकास प्रशासनाचे वैशिष्ट्य आहे. प्रशासक वर्ग जुन्या विचारांनाच चिकटून राहिला तर विकासाची नवीन दालने जनतेसाठी उघडून देण्याचे कार्य त्यांच्याने कदापि होणार नाही. पर्यावरणाच्या क्षेत्रातील तंत्रज्ञान प्रशासकांनाच ठाऊक नसेल तर ते जनतेसाठी पर्यावरणात्मक संतुलन राखण्याचे कार्य कसे करतील? ही भीती अनाठायी निश्चितच नाही.

११) सहभागीत्व :

विकासाचे उद्दिष्ट गाठायचे असल्यास जनतेचा फार मोठा सहभाग त्यामध्ये असला पाहिजे. राजकीय लोकशाही व्यवस्था जेथे असते तेथे जनतेचा फार मोठा सहभाग असतो; परंतु हा सहभाग जितका क्रियाशील असेल तितका विकास प्रशासनाचा गाडा सुव्यवस्थित ओढला जाऊ शकेल. राजकीय पक्ष, दबाव गट काही स्वयंसेवी संघटना जनजागृती करू शकतात. जनमत शासनाच्या कार्यांसाठी अनुकूल बनले तर सहभाग वाढायला वेळ लागत नाही. त्यासाठी शासनाने जनमत आपलेसे करून घेण्याचा सतत प्रयत्न केला पाहिजे. जनता विकासाच्या समस्यांची जाण ठेवू लागली की, विकास कार्यातील अनेक अडथळे आपोआप दूर होऊ शकतात. त्यासाठी शासनाने काही प्रदर्शने जाहीर प्रकटने करून व जनमत आपलेसे करून विकास कार्यासाठी जनतेचा सहभाग वाढविणे आवश्यक असते. जनतेचा प्रशासकीय कार्यातील सहभाग आणि प्रशासकीय निर्णय प्रक्रियेतील सहभाग अशा दुहेरी विचाराने विकास प्रशासन विकासाच्या दिशेने पूर्णपणे वाटचाल करू शकते.

२.४.४ विकास प्रशासनाचे स्वरूप :

विकसनशील राष्ट्रातील लोकप्रशासनाला विकास प्रशासन असे म्हटले जात असले तरी सर्वच विकसनशील किंवा मागासलेल्या राष्ट्रातील विकास प्रशासन सारखे असतेच असे म्हणता येत नाही. प्रत्येक देशातील समस्या वेगवेगळ्या असू शकतात. त्या समस्या सोडविण्यासाठी त्यांना त्यांच्या सोयीची प्रशासन व्यवस्था स्वीकारावी लागते. त्या राष्ट्राकडे उपलब्ध असलेल्या साधन सामग्रीचा विचार करूनच परिवर्तनाच्या समस्यांशी सामना करावा लागतो. त्यामुळे विकास प्रशासनाचे सिद्धांत जागतिक स्वरूपाचे बनू शकत नाहीत आणि तसे सिद्धांत प्रस्थापित करणे शक्यही नाही. विकास प्रशासनासंबंधी अधिक स्पष्टता येण्याच्या दृष्टीने त्याच्या स्वरूपाविषयी काही सामान्य विधाने करता येतील व त्या विधानांची उपयुक्तता आणि सत्यता विकसनशील देशातील विकास प्रशासनाचा अभ्यास करताना पडताळून पाहणे शक्य असते. त्या दृष्टीने खालील नमूद केलेली काही विधाने महत्त्वाची आहेत.

१) अविकसित राष्ट्रांशी निगडित :

विकास प्रशासन सामान्यतः अविकसित राष्ट्रातील विकास कार्याशी निगडित असते. दुसऱ्या महायुद्धानंतर स्वतंत्र झालेली आणि मागासलेली राष्ट्रे आपले स्वातंत्र्य व सार्वभौमत्त्व टिकवून नित्यक्रमाचे प्रशासन करून विकासाची

कार्ये हाती घेतात. एवढी मोठी जबाबदारी सांभाळण्यासाठी त्यांच्याकडे अशी प्रशासकीय व्यवस्था नसते. त्यासाठी नवीन प्रशासकीय व्यवस्था उभी करावी लागते. नवीन खाती, नवीन महामंडळे, नवीन संस्था स्थापन कराव्या लागतात. उपलब्ध साधनसामग्री आणि मानवी क्षमतेचा उपयोग करून प्रशासकीय यंत्रणेला विकासाची कार्ये पार पाडावी लागतात.

आर्थिक, सामाजिक, सांस्कृतिक बदल जलद गतीने घडवून आणण्यासाठी अनेक कार्यक्रम प्रकल्प हाती घ्यावे लागतात. त्यासाठी नियोजन करावे लागते आणि त्या नियोजनानुसार सर्व योजना राबविल्या जातात. विकास प्रशासनाचा प्रमुख उद्देश सामाजिक–आर्थिक परिवर्तन घडवून आणणे हाच असल्यामुळे त्याचे स्वरूप परिवर्तनशील असेच आहे. विकास हा परिवर्तनशील असल्यामुळे विकास प्रशासनाचा अभ्याससुद्धा समयानुसार परिवर्तनशील बनत असतो.

२) **सिद्धांत सर्वव्यापी नसतात :**

विकास प्रशासन ही अत्यंत अलीकडची संकल्पना आहे. तिचे स्वरूप सर्वत्रच सारखे असू शकत नाही. विकासोन्मुख राष्ट्रातील समस्यांचे स्वरूपदेखील सारखे नसते. त्या समस्या सोडविण्याचे मार्ग देखील वेगवेगळे असतात. म्हणून वेगवेगळ्या गरीब देशातील प्रशासन वेगवेगळे आढळते. त्याप्रमाणे प्रत्येक मागासलेल्या देशाच्या विकासासंबंधीच्या कल्पनादेखील वेगवेगळ्या असतात. त्यामुळे त्यांचे मार्ग आणि दिशा वेगवेगळ्या असतात. यामुळे विकास प्रशासनाचा सर्वमान्य आणि सर्वव्यापी असा जागतिक स्वरूपाचा सिद्धांत मांडला जाऊ शकत नाही.

३) **कठीण समस्या अधिक :**

विकास प्रशासनासमोरील समस्या या पारंपरिक प्रशासनासमोरील समस्यांपेक्षा अधिक कठीण असतात. एकाच वेळी अनेक समस्यांना सामोरे जावे लागते असे नव्हे तर त्या समस्यांचे स्वरूपही वेगवेगळे असते. त्या समस्या जास्त गुंतागुंतीच्या असल्याकारणाने त्या सोडविणेदेखील तितकेच अवघड कार्य असते. देशातील विविध परिस्थिती आणि अपुऱ्या साधन सामग्रीमुळेदेखील विकास कार्याला अनुकूल अशी परिस्थिती निर्माण करणे कठीण असते. त्यासाठी धाडसी व प्रसंगावधानी प्रशासन यंत्रणा निर्माण करून या विविध समस्या सोडविण्याच्या कसोटीवर उतरणारे प्रशासनच विकास घडवून आणू शकते.

४) **कार्याची नवी क्षेत्रे :**

विकास प्रशासन हे ठराविक क्षेत्रापुरते मर्यादित नसून ते अनेक क्षेत्रांशी निगडित असते. नवीन स्वतंत्र झालेल्या राष्ट्रांना नवनवीन जबाबदाऱ्या स्वीकाराव्या लागतात. समाजपरिवर्तनाची नवीन आव्हाने पेलावी लागतात. समाजकल्याणाची कार्ये बहुआयामी आणि बहुपदरी असतात. त्या सर्वांसाठी निरनिराळ्या ठिकाणी प्रशासन व्यवस्थेला आपला तळ ठोकावा लागतो. त्या ठिकाणी उपलब्ध असलेल्या साधनांची जुळवाजुळव करून सामोरे जावे लागते. विविध ठिकाणच्या आणि विविध जनसमूहांच्या इच्छा–आकांक्षा, किमान अपेक्षा वेगवेगळ्या असतात. त्याकडे शासन व्यवस्थेला दुर्लक्ष करून चालत नाही. म्हणून प्रशासन व्यवस्थेला त्या त्या क्षेत्रात प्रविष्ट होऊन नवीन अशी एक प्रशासकीय यंत्रणा उभी करावी लागते. त्यामुळे अनेक नवीन प्रशासकीय यंत्रणा निर्माण होतात. विकसनशील देशांना अनेक आघाड्यांवर कार्य करावे लागते. त्यामुळे साहजिकच नवनवीन कार्यक्षेत्रे किंवा दालने निर्माण होतात.

५) **आर्थिक विकास हा केंद्रबिंदू :**

मागासलेल्या आणि गरीब देशात विकास घडवून आणायचा म्हणजे त्यांच्या ज्या जटिल समस्या असतात त्यांच्या मुळाशी अर्थ हेच कारण असते. म्हणून विकास योजना आखायची म्हणजे आर्थिक योजनाच आखावी लागते.

आर्थिक समस्या सोडविल्याशिवाय त्या देशाचा खरा विकास होऊच शकत नाही. म्हणून विकास प्रशासनाचा केंद्रबिंदू आर्थिक विकास हाच असतो. सर्व क्षेत्रात विकासाचा वेग हा बहुतांशी लोकप्रशासनाच्या गुणवत्तेवर, कार्यक्षमतेवर व त्याला प्राप्त करून घेता आलेल्या सहकार्यावर अवलंबून राहील असे पहिल्या पंचवार्षिक योजनेत नमूद करण्यात आले होते. नियोजित अर्थव्यवस्था आणि त्याद्वारे आर्थिक विकास ही महत्त्वाची जबाबदारी विकास प्रशासनाला निभवावी लागते. 'सहकार' हे तत्त्व स्वीकारून आज शेकडो कार्ये केली जातात. सहकारी चळवळ ही विकासाची चळवळ ठरली जात आहे. या चळवळीची व्याप्ती फारच वाढली आहे. तद्वतच विकास प्रशासनाची कक्षा रूंदावली जात आहे आणि त्यामुळेच आर्थिक विकासाचा भार विकास प्रशासनाला सोसावा लागतो.

६) समाजपरिवर्तनाचे साधन :

विकास प्रशासनाला आधुनिक काळात समाज परिवर्तनाचे साधन म्हणून कार्य करावे लागत आहे. अविकसित देशातील अनेक रूढी, परंपरा, अंधश्रद्धा, वेठबिगार, गुलामगिरी, बालकामगार, अज्ञान, स्त्री-पारतंत्र्य अशा अनेक जोखडात अडकलेल्या समाजाची मुक्तता करून एक स्वच्छ व मुक्त समाज निर्माण करण्यासाठी विकास प्रशासनाला ही नवीन जबाबदारी त्या त्या देशांना तयांच्या सामाजिक परिस्थितीनुसार स्वीकारावी लागते. हे परिवर्तनाचे भवितव्य सर्वस्वी विकास प्रशासनावरच अवलंबून आहे. त्यातूनच पारंपरिक समाजाचे आधुनिकीकरण केले जाऊ शकते. सामाजिक आधुनिकीकरणाचे आणि समाजपरिवर्तनाचे एक उत्तम साधन म्हणून विकास प्रशासनाचा आधार घेणे आवश्यक बनले आहे. सामाजिक आधुनिकीकरणाचे हे कार्य कठीण असते तरी ते केल्याशिवाय तरणोपाय नाही.

२.४.५ विकास प्रशासनाची कार्ये :

विकास प्रशासनाची कार्ये पुढीलप्रमाणे आहेत :

१) धोरण तयार करणे आणि नियोजन :

देशाच्या सामाजिक-आर्थिक गरजा पूर्ण करणारी विकास धोरणे आणि योजना तयार करण्यासाठी विकास प्रशासन जबाबदार असते. यामध्ये माहितीचे विश्लेषण करणे, प्राधान्यक्रम ओळखणे आणि विकास प्रयत्नांना मार्गदर्शन करण्यासाठी उद्दिष्टे निश्चित करणे समाविष्ट आहे.

२) संसाधन वाटप आणि व्यवस्थापन :

विकासासाठी संसाधनांचे प्रभावी वाटप महत्त्वाचे असते. विकास प्रशासन विविध क्षेत्रे आणि प्रकल्पांना विकास उद्दिष्टांच्या अनुषंगाने अर्थसंकल्प, मनुष्यबळ आणि पायाभूत सुविधा यासारख्या संसाधनांचे वाटप करते.

३) प्रकल्प अंमलबजावणी :

विकास प्रशासन विकास प्रकल्पांच्या अंमलबजावणीवर देखरेख ठेवते. त्याचबरोबर हे प्रकल्प योजनानुसार, वेळापत्रकानुसार आणि बजेटमध्ये पूर्ण केले जातील याची खात्री करते. यामध्ये समन्वय साधणे, प्रगतीचे निरीक्षण करणे आणि आव्हानांना सामोरे जाणे यांचा समावेश आहे.

४) क्षमता वाढवणे :

विकसनशील देशांना अनेकदा वर्धित प्रशासकीय आणि तांत्रिक क्षमतांची आवश्यकता असते. विकास प्रशासन सार्वजनिक अधिकारी, संस्था आणि स्थानिक समुदायांची कौशल्ये व क्षमता निर्माण करण्यावर लक्ष केंद्रित करते आणि विकास उपक्रम प्रभावीपणे व्यवस्थापित करण्यासाठी व त्यांची अंमलबजावणी करण्यासाठी प्रयत्न करते.

५) सार्वजनिक सेवा वितरण :

अत्यावश्यक सार्वजनिक सेवांमध्ये प्रवेश सुनिश्चित करणे हे विकास प्रशासनाचे प्रमुख कार्य आहे. हे आरोग्यसेवा, शिक्षण, स्वच्छता आणि नागरिकांच्या जीवनमानाची गुणवत्ता वाढविण्यासाठी मूलभूत पायाभूत सुविधा सारख्या क्षेत्रांमध्ये सेवा वितरण सुधारण्यासाठी कार्य करते.

६) भागधारक प्रतिबद्धता :

विकासाच्या प्रयत्नांमध्ये नागरिक, नागरी समाज संस्था, खाजगी क्षेत्र आणि आंतरराष्ट्रीय भागीदारांना सहभागी करून घेणे महत्त्वाचे आहे. सर्वसमावेशक निर्णय आणि प्रभावी अंमलबजावणी सुनिश्चित करण्यासाठी विकास प्रशासन या भागधारकांमध्ये संवाद आणि सहयोग सुलभ करते.

७) देखरेख आणि मूल्यमापन :

विकास प्रकल्प आणि कार्यक्रमांचे नियमितपणे परीक्षण केले पाहिजे आणि त्यांच्या प्रभावाचे व परिणामकारकतेचे मूल्यांकन करण्यासाठी त्यांचे मूल्यमापन केले पाहिजे. विकास प्रशासन प्रगतीचा मागोवा घेण्यासाठी, परिणाम मोजण्यासाठी आणि आवश्यक समायोजन करण्यासाठी यंत्रणा स्थापन करते.

८) गरिबी कमी करणे :

विकास प्रशासनाच्या प्राथमिक उद्दिष्टांपैकी एक म्हणजे गरिबी कमी करणे होय. रोजगाराच्या संधी निर्माण करून, सामाजिक सुरक्षा जाळे प्रदान करून आणि सर्वसमावेशक वाढीला चालना देऊन उपेक्षित आणि असुरक्षित लोकसंख्येच्या उत्थानासाठी प्रशासक धोरणे आखतात व त्यांची अंमलबजावणी करतात.

९) संस्थात्मक विकास :

शाश्वत विकासासाठी मजबूत आणि कार्यक्षम संस्था आवश्यक आहेत. विकास प्रशासन सरकारी यंत्रणा, स्थानिक सरकार आणि नियामक संस्थांना बळकट करण्यावर लक्ष केंद्रित करते जेणेकरून प्रभावी प्रशासनासाठी त्यांची क्षमता सुधारेल.

१०) पायाभूत सुविधा आणि आर्थिक विकास :

वाहतूक, ऊर्जा आणि दळणवळण नेटवर्कसह पायाभूत सुविधांच्या विकासाला चालना देण्यासाठी विकास प्रशासन महत्त्वाची भूमिका बजावते. हे पायाभूत सुविधा प्रकल्प आर्थिक वृद्धीसाठी आणि एकूण व्यावसायिक वातावरण सुधारण्यासाठी आवश्यक आहेत.

११) पर्यावरणीय शाश्वतता :

विकास पर्यावरणीयदृष्ट्या शाश्वत आहे याची खात्री करणे हे विकास प्रशासनाचे एक महत्त्वाचे कार्य आहे. विकास प्रशासन पर्यावरणविषयक विचारांना धोरणे आणि प्रकल्पांमध्ये समाकलित करते, संरक्षणाच्या प्रयत्नांसह आर्थिक वृद्धीचा समतोल साधते.

१२) सामाजिक समावेशन :

विकास प्रशासन सामाजिक असमानता कमी करण्याचा आणि सामाजिक समावेशनाला प्रोत्साहन देण्याचा प्रयत्न करते. हे भेदभाव दूर करणारे, उपेक्षित गटांना सशक्त करणारे आणि सर्व नागरिकांना समान संधी प्रदान करणारे कार्यक्रम आणि धोरणे लागू करते.

१३) संघर्ष निराकरण आणि शांतता निर्मिती :

संघर्ष किंवा अस्थिरतेमुळे प्रभावित झालेल्या देशांमध्ये, विकास प्रशासन संघर्षोत्तर पुनर्रचना, शांतता वाढवणे आणि संघर्षाची मूळ कारणे शोधण्यात भूमिका बजावते.

१४) तंत्रज्ञान आणि नवकल्पना :

विकासासाठी तंत्रज्ञानाचा वापर आणि नाविन्यपूर्णतेला चालना देणे महत्त्वाचे आहे. विकास प्रशासन उत्पादकता आणि सेवा वितरण सुधारण्यासाठी कृषी, आरोग्यसेवा आणि शिक्षण यासारख्या क्षेत्रांमध्ये नवकल्पना वाढवते.

सरावासाठी प्रश्न

प्र. १. दीर्घोत्तरी प्रश्न.

१) लोकप्रशासनाच्या अभ्यासाचा व्यवस्था दृष्टीकोन म्हणजे काय? व्यवस्था दृष्टीकोनाची वैशिष्ट्ये आणि तत्वे स्पष्ट करा.

२) व्यवस्था दृष्टीकोनाचे महत्व आणि मर्यादा सांगा.

३) लोकप्रशासनाच्या अभ्यासाच्या तर्कसंगत निवड सिद्धांताचा अर्थ सांगून त्याची वैशिष्ट्ये स्पष्ट करा.

४) तर्कसंगत निवड सिद्धांताचे महत्व आणि मर्यादा विशद करा.

५) तुलनात्मक लोकप्रशासन म्हणजे काय? तुलनात्मक लोकप्रशासनाचे स्वरूप आणि व्याप्ती स्पष्ट करा.

६) तुलनात्मक लोकप्रशासनाचे महत्व सांगा.

७) विकास प्रशासन म्हणजे काय? विकास प्रशासनाचे स्वरूप आणि वैशिष्ट्ये स्पष्ट करा.

८) विकास प्रशासनाची कार्ये स्पष्ट करा.

प्र. २. टीपा लिहा.

१) व्यवस्था दृष्टीकोन.

२) तर्कसंगत निवड सिद्धांत.

३) तुलनात्मक लोकप्रशासन.

४) विकास प्रशासन.

लोकप्रशासनातील नवीन प्रवाह

प्रकरण ३

- ३.१ नवलोकव्यवस्थापन
- ३.२ सार्वजनिक निवड दृष्टिकोन
- ३.३ जागतिकीकरण आणि लोकप्रशासन
- ३.४ उदारीकरण आणि लोकप्रशासन
- ३.५ खासगीकरण आणि लोकप्रशासन

प्रस्तावना :

जागतिकीकरणानंतरच्या काळात लोकप्रशासनाच्या स्वरूपात महत्त्वपूर्ण बदल घडून आले आहे. खासगी क्षेत्राच्या विस्तारामुळे लोकप्रशासनाच्या मर्यादा समोर आल्या आहेत. तसेच लोकप्रशासनात सुधारणा घडवून आणण्याची गरज निर्माण झाली आहे. 'नवलोक व्यवस्थापन' ही संकल्पना त्याचेच फलित मानावे लागेल. लोकप्रशासनाची म्हणजेच सार्वजनिक क्षेत्राची कार्यक्षमता वाढविण्यासाठी त्यास अधिक बाजाराभिमुख बनविण्याची आवश्यकता समोर आली. त्यामुळे राज्यसंस्थेच्या काटेकोर नियंत्रणात घट घडवून आणण्याबाबत एकमत होताना दिसते. खासगी क्षेत्राप्रमाणे सार्वजनिक क्षेत्रास अधिक स्वायत्तता बहाल करणे गरजेचे बनले आहे. तसेच खासगी क्षेत्र व सार्वजनिक क्षेत्र यांच्या भागीदारीचा विचार समोर येत आहे. खासगी क्षेत्रात अवलंबल्या जाणाऱ्या तंत्रांचा व पद्धतींचा वापर सार्वजनिक क्षेत्रातही केला जावा हा विचार मान्यता पावत आहे. त्यामुळे नवलोक व्यवस्थापनास महत्त्व प्राप्त होताना दिसते. त्यामुळे उदारीकरण व खासगीकरण या प्रक्रियांमुळे लोकप्रशासना समोर निर्माण झालेल्या आव्हानांची माहिती जाणून घेणे योग्य ठरेल.

३.१ नवलोकव्यवस्थापन :

नवलोक व्यवस्थापन हा आधुनिक लोकप्रशासनातील समकालीन प्रवाह मानला जातो. जागतिकीकरणाच्या प्रक्रियेत घडून आलेल्या बदलांमुळे सार्वजनिक क्षेत्रासमोर जी आव्हाने निर्माण झाली, त्यातून नवलोक व्यवस्थापनाची संकल्पना समोर आली. जॉन, स्टुअर्ट, किरण वाल्श व क्रीस्तेफर हुड यांचे योगदान या संदर्भात महत्त्वाचे मानले जाते. नवलोक व्यवस्थापनाद्वारे सार्वजनिक क्षेत्राचे स्वरूप नव्याने निर्धारित करण्यात आले आहे.

३.१.१ नवलोकव्यवस्थापनाचा अर्थ :

सार्वजनिक क्षेत्रावरील शासकीय निर्बंधात घट घडवून आणत, त्यास अधिक बाजाराभिमुख बनविण्यावर भर देणे म्हणजे नवलोक व्यवस्थापन होय. खासगी क्षेत्रातील तंत्रे व कार्यपद्धती यांचा अवलंब सार्वजनिक क्षेत्रात करून

सार्वजनिक क्षेत्राची कार्यक्षमता अधिकाधिक वाढावी व त्यास वाढत्या स्पर्धेत टिकवून ठेवता यावे यादृष्टीने ज्या व्यूहरचना आखण्यात येतात, त्यास नवलोक व्यवस्थापन असे म्हणतात. खासगी क्षेत्र व सार्वजनिक क्षेत्र भागीदारी (PPP) या तत्त्वाचा देखील अंतर्भाव नवलोक व्यवस्थापनात होतो.

३.१.२ व्याख्या :

नवलोकव्यवस्थापनाच्या काही व्याख्या पुढीलप्रमाणे आहेत :

१) ख्रिस्तोफर हूड :

''नवलोकव्यवस्थापन म्हणजे सरकारमधील बाजारपेठेची भाषा आणि तर्कशास्त्र आणण्याच्या उद्देशाने कल्पना आणि पद्धतींचा एक हलका समन्वयित संच आहे.''

२) हुड आणि जॅक्सन :

''नवलोकव्यवस्थापन हा प्रशासकीय व्यवस्थापनाचा एक प्रकार आहे जो सार्वजनिक क्षेत्रातील कामगिरी सुधारण्यासाठी खाजगी क्षेत्रातील तंत्रे व शिस्त सरकारमध्ये आणण्याची इष्टता म्हणून व्यवस्थापनाच्या केंद्रस्थानावर भर देतो.''

३) ऑस्बोर्न आणि गेबलर :

''नवलोकव्यवस्थापन ही एक प्रक्रिया आहे ज्याद्वारे सार्वजनिक व्यवस्थापक कार्यक्षमता, परिणामकारकता आणि कार्यप्रदर्शनावर त्यांचे लक्ष केंद्रित करण्यासाठी व्यवसाय व्यवस्थापकांसारखे बनतात.''

३.१.३ नवलोक व्यवस्थापनाची वैशिष्ट्ये :

नवलोकव्यवस्थापन हे लोकप्रशासनाच्या पारंपरिक स्वरूपात बदल घडवून आणणारे आहे. पुढील मुद्यांच्या आधारे त्याची वैशिष्ट्ये जाणून घेता येतील :

१) कार्यक्षमतेत वाढ :

सार्वजनिक क्षेत्राची कार्यक्षमता वाढविणे हे नवलोक व्यवस्थापनाचे एक महत्त्वाचे वैशिष्ट्ये मानले जाते. सार्वजनिक क्षेत्रास अधिक परिणामाभिमुख बनविणे यात अपेक्षित आहे. यात प्रामुख्याने सार्वजनिक उद्योगांमध्ये नवनवीन तंत्रे व पद्धती यांचा अवलंब करून त्यास कार्यक्षम बनविणे अपेक्षित आहे.

२) व्यावसायिक व्यवस्थापनाचे सहाय्य :

सार्वजनिक क्षेत्राची कार्यक्षमता वाढविण्यासाठी व्यवसायिक व्यवस्थापकांचे सहाय्य घेणे आवश्यक आहे. त्यासाठी व्यवस्थापकांना अधिकारांचा वापर करण्याचे अधिक स्वातंत्र्य देणे आवश्यक आहे, असे नवलोकव्यवस्थापनात मानले जाते. तसेच त्यांची जबाबदारी निश्चित करून त्यांची कार्यक्षमता वाढविण्यावर भर दिला जातो.

३) नियंत्रणात घट :

सार्वजनिक क्षेत्रावर असणाऱ्या शासकीय नियंत्रणात घट घडवून आणए, नवलोकव्यवस्थापनात महत्त्वाचे मानले जाते. शासकीय नियंत्रणामुळे सार्वजनिक क्षेत्रांचा विकास योग्यप्रकारे होऊ शकत नाही. त्यामुळे त्यांच्यावरील नियंत्रणे कमी करून त्यांना अधिक स्वायत्तता प्रदान केली. तर त्यांचा विस्तार घडून येण्यास मदत होते.

४) बाजाराभिमुखता :

सार्वजनिक क्षेत्रास अधिक बाजाराभिमुख बनविणे. हा नवलोकव्यवस्थापनाचा महत्त्वपूर्ण उद्देश आहे. त्यासाठी बाजारप्रधान अर्थव्यवस्थेतील बदलांसोबत सार्वजनिक क्षेत्रास जुळवून घ्यावे लागते. कल्याणकारी राज्यांच्या तत्त्वास आलेले अपयश लक्षात घेता राज्यसंस्थेस अधिक उदार धोरणांचा स्विकार करणे आवश्यक आहे.

५) खासगी क्षेत्र–सार्वजनिक क्षेत्र भागीदारी :

खासगी क्षेत्राची कार्यक्षमता विचारात घेता जलद आर्थिक विकासास खासगी क्षेत्राशिवाय पर्याय नाही. त्यामुळे नवलोक व्यवस्थापनात खासगीक्षेत्र व सार्वजनिक क्षेत्र यांच्या भागिदारीचा विचार महत्त्वाचा मानला जातो. खासगी क्षेत्राच्या मदतीने सार्वजनिक क्षेत्रातील सेवा–सविधांच्या पुरवठ्यात कार्यक्षमता आणली जाऊ शकते. त्यामुळे यात खासगीकरणाचा पुरस्कार केला जातो.

३.१.४ नवलोकव्यवस्थापनाचे पैलू :

नवलोकव्यवस्थापन १९९० च्या दशकात प्रशासकीय सुधारणेसाठी सुवर्ण मानक म्हणून स्वीकारले गेले. सरकारी सुधारणांसाठी ही पद्धत वापरण्याची कल्पना अशी होती की जर कठोर श्रेणीबद्ध नोकरशाहीऐवजी सरकारने निर्देशित खाजगी–क्षेत्राची तत्त्वे वापरली तर ती अधिक कार्यक्षमतेने कार्य करतील. नवलोकव्यवस्थापन नोकरशाही प्रशासनाकडून व्यावसायिक व्यवस्थापनाकडे वळण्यास प्रोत्साहन देते. नवलोकव्यवस्थापनास विविध संघटनात्मक संदर्भात आणि शिक्षण व आरोग्य सेवा सुधारणांमधील धोरणात्मक व्यवस्थापनातील समस्यांवर उपाय म्हणून उद्धृत केले गेले. १९९१ मध्ये ख्रिस्तोफर हूडने स्पष्ट केलेल्या सात वेगवेगळ्या पैलूंमध्ये विभागल्यावर नवलोकव्यवस्थापनाची मूलभूत तत्त्वे उत्तम प्रकारे वर्णन केली जाऊ शकतात. हूडने नवलोकव्यवस्थापन या शब्दाचाही शोध लावला.

१) व्यवस्थापन :

सरकारचे खाजगीकरणाचे महत्त्व आणि सामर्थ्य यावर विश्वास असल्यामुळे, हाताळणीच्या पद्धतींमध्ये गुंतून व्यवस्थापनावर भर देणे आवश्यक आहे. हा सिद्धांत कर्त्यांना मुक्तपणे व्यवस्थापित करण्याची आणि विवेकबुद्धी वापरण्याचे स्वातंत्र्य देतो.

२) कार्यप्रदर्शन मानके :

कार्यप्रदर्शनामध्ये स्पष्ट मानके आणि कामगिरीचे माप राखणे महत्त्वाचे आहे. या पद्धतीचा वापर केल्याने उद्दिष्टे, उद्दिष्टे आणि प्रगतीसाठी संकेतकांच्या स्पष्टीकरणास प्रोत्साहन मिळते.

३) प्रदानांवरील नियंत्रणे :

तिसरा मुद्दा परिमाणात्मक कार्यप्रदर्शन निर्देशकांद्वारे मोजल्या जाणाऱ्या प्रदानांच्या नियंत्रणांवर अवलंबून असलेल्या नियमांकडे आदान नियंत्रणे आणि नोकरशाही प्रक्रियेच्या वापरातून स्थित्यंतर. खाजगी कंपन्या/समूहांना काम आउटसोर्स करण्याचा विचार करताना या पैलूसाठी कार्यप्रदर्शन आधारित मूल्यांकन वापरणे आवश्यक आहे.

४) विकेंद्रीकरण :

नवलोकव्यवस्थापन पुरस्कर्त्यांनी अनेकदा एकत्रित व्यवस्थापन प्रणालीमधून विकेंद्रित प्रणालीकडे स्थलांतरित केले ज्यामध्ये व्यवस्थापकांना लवचिकता प्राप्त होते आणि ते यंत्रणांच्या निर्बंधांपुरते मर्यादित राहत नाहीत.

५) स्पर्धा :

हे वैशिष्ट्य नवलोकव्यवस्थापन सार्वजनिक क्षेत्रातील स्पर्धेला कसे प्रोत्साहन देऊ शकते यावर लक्ष केंद्रित करते जे कमी खर्चात, वादविवाद दूर करू शकते आणि संभाव्यत: संपर्क टर्मद्वारे प्रगती/कामाचा उच्च दर्जा प्राप्त करू शकते. जेव्हा सरकार खाजगी क्षेत्रांना करार देते तेव्हा स्पर्धा देखील आढळते आणि सेवा प्रभावीपणे वितरित करण्याची क्षमता, प्रदान केलेल्या वस्तूंचा दर्जा या संदर्भात कंत्राट दिले जाते, त्यामुळे स्पर्धा वाढते. करार गुणवत्ता आणि क्षमता सुधारण्यासाठी सार्वजनिक क्षेत्र प्रगती करेल ज्यामुळे स्पर्धा सुलभ होईल.

६) खाजगी–क्षेत्र व्यवस्थापन :

हा पैलू अल्प–मुदतीचे कामगार करार स्थापित करणे, कॉर्पोरेट योजना किंवा व्यवसाय योजना विकसित करणे, कार्यप्रदर्शन करार आणि ध्येय विधानाची आवश्यकता यावर लक्ष केंद्रित करतो. हे कामाचे ठिकाण स्थापन करण्यावर देखील लक्ष केंद्रित करते ज्यामध्ये सार्वजनिक कर्मचारी किंवा कंत्राटदारांना यंत्रणा पोहोचण्याचा प्रयत्न करत असलेल्या उद्दिष्टांची आणि हेतूची जाणीव असते.

७) खर्चात कपात :

सर्वात प्रभावी ज्याने त्याची जागतिक लोकप्रियता वाढवली आहे ती किंमत कमी आणि कार्यक्षमता उच्च ठेवण्यावर लक्ष केंद्रित करते. शिवाय खर्चात कपात करणे कार्यक्षमतेला चालना देते आणि व्यवस्थापनाच्या पारंपारिक दृष्टिकोनापेक्षा वेगळे बनवणारा एक मार्ग स्वीकारते.

३.१.५ नवलोकव्यवस्थापनाचे महत्त्व :

नवलोकव्यवस्थापनाचे महत्त्व खालील मुद्यांद्वारे स्पष्ट करता येईल :

१) वर्धित कार्यक्षमता आणि परिणामकारकता :

नवलोकव्यवस्थापनाने कार्यक्षमता, सुव्यवस्थित प्रक्रिया आणि कार्यप्रदर्शन मोजमाप यावर भर दिल्याने संसाधनांचा अधिक चांगला वापर आणि सेवा वितरणात योगदान मिळते. व्यवसायासारख्या पद्धतींचा अवलंब करून, सार्वजनिक संस्था त्यांचे उद्दिष्ट साध्य करण्यासाठी अधिक प्रभावी बनतात.

२) परिणामाभिमुख शासन :

नवलोकव्यवस्थापन आदानांपासून परिणामांवर लक्ष केंद्रित करते. हा दृष्टीकोन सार्वजनिक संस्थांना स्पष्ट उद्दिष्टे निश्चित करण्यासाठी, त्यांच्या कार्यक्षमतेचे मोजमाप करण्यासाठी आणि प्राप्त झालेल्या परिणामांच्या आधारे त्यांच्या यशाचे मूल्यांकन करण्यास प्रोत्साहित करतो. ही परिणाम–केंद्रित मानसिकता जबाबदारी आणि पारदर्शकतेला प्रोत्साहन देते.

३) नाविन्यपूर्ण सेवा वितरण :

नवलोकव्यवस्थापन त्याच्या ग्राहक–केंद्रित दृष्टीकोनाद्वारे सेवा वितरणामध्ये नवकल्पना प्रोत्साहित करते. सार्वजनिक संस्थांना आव्हानांवर सर्जनशील उपाय शोधण्यासाठी प्रवृत्त केले जाते, ज्यामुळे नागरिकांच्या गरजा चांगल्या प्रकारे पूर्ण करणाऱ्या सुधारित सेवा मिळतात.

४) ग्राहक समाधान :

नवलोकव्यवस्थापनाने ग्राहकाभिमुखतेवर भर दिल्याने, सार्वजनिक सेवा नागरिकांच्या मागण्या आणि प्राधान्यांना अधिक चांगला प्रतिसाद देतात. यामुळे ग्राहकांचे समाधान आणि सरकारी सेवांवर विश्वास वाढतो.

५) प्रशासनातील लवचिकता :

नवलोकव्यवस्थापन सार्वजनिक संस्थांना बदलत्या परिस्थितीशी झटपट जुळवून घेण्यास सक्षम करून लवचिकतेला प्रोत्साहन देते. ही चपळता सरकारांना उदयोन्मुख आव्हाने, तांत्रिक प्रगती आणि सार्वजनिक अपेक्षांमधील बदलांना प्रतिसाद देण्यास अनुमती देते.

६) जबाबदारी आणि पारदर्शकता :

कामगिरीचे मोजमाप आणि परिणामांवर लक्ष केंद्रित केल्याने सार्वजनिक प्रशासनात जबाबदारी आणि पारदर्शकता वाढते. नागरिक आणि भागधारक सरकारी कृतींच्या परिणामकारकतेचे मूल्यांकन करू शकतात, ज्यामुळे सरकारी संस्थांवर अधिक विश्वास निर्माण होतो.

७) खाजगी क्षेत्रातील सहयोग :

नवलोकव्यवस्थापन सार्वजनिक-खाजगी भागीदारी, आऊटसोर्सिंग आणि खाजगी क्षेत्राला सेवा करार देण्यास प्रोत्साहन देते. हे सहकार्य खाजगी क्षेत्राच्या कौशल्याचा आणि कार्यक्षमतेचा लाभ घेते, ज्यामुळे सेवा गुणवत्ता सुधारते आणि खर्च कमी होतो.

८) मानव संसाधन व्यवस्थापन :

नवलोकव्यवस्थापन सार्वजनिक कर्मचाऱ्यांसाठी कामगिरी-आधारित प्रोत्साहने सादर करते. हे कर्मचाऱ्यांना उत्कृष्ट होण्यास प्रवृत्त करते आणि त्यांच्या योगदानाला पुरस्कृत करते, ज्यामुळे अधिक गुंतलेले आणि वचनबद्ध कार्यबल बनते.

९) खर्च कपात आणि अंदाजपत्रक शिस्त :

प्रक्रिया सुव्यवस्थित करून, नोकरशाही कमी करून आणि खर्च-प्रभावीपणावर भर देऊन, नवलोकव्यवस्थापन अंदाजपत्रक शिस्त आणि संसाधनांच्या कार्यक्षम वाटपासाठी योगदान देते. सरकार मर्यादित संसाधनांसह अधिक परिणाम साध्य करू शकते.

१०) बदलत्या संदर्भांशी जुळवून घेणे :

वेगवान तांत्रिक प्रगती आणि जटिल जागतिक आव्हानांच्या युगात, नवलोकव्यवस्थापन सरकारांना विकसित होत असलेल्या संदर्भांशी जुळवून घेण्यासाठी एक चौकट प्रदान करते. हे सार्वजनिक संस्थांना नवीन प्रवाह, संधी आणि जोखमींना प्रभावीपणे प्रतिसाद देण्यासाठी सुसज्ज करते.

११) स्थानिक सरकारांचे सक्षमीकरण :

नवलोकव्यवस्थापनाचे विकेंद्रीकरण प्रयत्न स्थानिक सरकारांना निर्णय घेण्याच्या अधिकारासह सक्षम करतात. यामुळे विशिष्ट स्थानिक गरजा पूर्ण करणारे, सामुदायिक प्रतिबद्धता आणि मालकी वाढवणारे सानुकूल निराकरणे मिळतात.

१२) गुणवत्तेवर आधारित नियुक्त्या :

नवलोकव्यवस्थापन सार्वजनिक क्षेत्रातील गुणवत्ता-आधारित नियुक्ती आणि व्यावसायिक व्यवस्थापन पद्धतींना प्रोत्साहन देते. यामुळे सार्वजनिक सेवा वितरणाचा दर्जा सुधारून अधिक पात्र आणि सक्षम कर्मचारी वर्ग निर्माण होतो.

३.२ सार्वजनिक निवड दृष्टीकोन :

सार्वजनिक निवड सिद्धांत हा एक आर्थिक दृष्टीकोन आहे जो अर्थशास्त्राच्या क्षेत्रातील तत्त्वे आणि पद्धती लागू करून सार्वजनिक प्रशासन आणि धोरण-निर्धारण समजून घेण्याचा आणि विश्लेषण करण्याचा प्रयत्न करतो. हे सार्वजनिक अधिकारी, राजकारणी आणि नागरिकांसह सार्वजनिक क्षेत्रातील विविध कर्त्यांच्या वैयक्तिक वर्तनाच्या अभ्यासावर आणि परस्परसंवादावर लक्ष केंद्रित करते. सार्वजनिक निवड सिद्धांत असे गृहीत धरतो की व्यक्ती स्वतःचे स्वार्थ वाढवण्यासाठी तर्कशुद्धपणे कार्य करतात आणि सार्वजनिक क्षेत्रातील निर्णय व परिणाम स्पष्ट करण्यासाठी ते प्रोत्साहन, खर्च आणि फायदे यासारख्या आर्थिक संकल्पना लागू करतात.

३.२.१ सार्वजनिक निवडीचा अर्थ :

सार्वजनिक निवड सिद्धांत हा एक आर्थिक-आधारित दृष्टीकोन आहे जो सार्वजनिक प्रशासन आणि सार्वजनिक धोरणाच्या अभ्यासासाठी आर्थिक सिद्धांताची तत्त्वे लागू करण्याचा प्रयत्न करतो. हे एकत्रितपणे निर्णय घेण्याच्या

आणि सार्वजनिक संसाधनांच्या वाटपाच्या संदर्भात व्यक्ती आणि गट कसे निर्णय घेतात हे शोधते. सार्वजनिक निवड सिद्धांत असे गृहीत धरते की व्यक्ती तर्कसंगत कर्ते असतात जे त्यांच्या स्वतःच्या स्वार्थासाठी कार्य करतात आणि त्यांचे वर्तन सार्वजनिक धोरण परिणामांना कसे आकार देते हे समजून घेण्याचा प्रयत्न करतात. त्याच्या केंद्रस्थानी, सार्वजनिक निवड सिद्धांत सार्वजनिक प्रशासनाच्या पारंपारिक दृष्टिकोनाला आव्हान देतो, जे सहसा असे गृहीत धरते की सार्वजनिक अधिकारी आणि राजकारणी केवळ सार्वजनिक हितासाठी किंवा सामान्य हितासाठी कार्य करतात. त्याऐवजी सार्वजनिक निवड सिद्धांत असे मानतो की सार्वजनिक क्षेत्रातील व्यक्ती खाजगी क्षेत्रातील व्यक्तींप्रमाणेच स्वार्थाने प्रेरित असतात. हे ओळखते की नोकरशहा, राजकारणी आणि मतदारांसह सार्वजनिक कर्त्यांना प्राधान्ये असतात आणि ते प्राधान्ये व विविध पर्यायांशी संबंधित खर्च आणि फायदे यावर आधारित निवडी करतात.

३.२.२ सार्वजनिक निवड सिद्धांताची मुख्य तत्त्वे :

सार्वजनिक प्रशासनातील सार्वजनिक निवड सिद्धांत अनेक मुख्य तत्त्वांवर आधारित आहे जे सार्वजनिक कर्त्यांचे वर्तन आणि सार्वजनिक निर्णय घेण्याचे परिणाम समजून घेण्यासाठी आणि विश्लेषण करण्यासाठी एक चौकट प्रदान करतात. ही तत्त्वे आर्थिक सिद्धांतातून घेतली गेली आहेत आणि स्वार्थ, प्रोत्साहन व तर्कशुद्ध निर्णय घेण्याच्या भूमिकेवर जोर देतात. लोकप्रशासनातील सार्वजनिक निवड सिद्धांताची काही प्रमुख तत्त्वे पुढीलप्रमाणे आहेत :

१) तर्कशुद्ध स्वार्थ :

सार्वजनिक निवड सिद्धांत असे गृहीत धरतो की सार्वजनिक अधिकारी आणि राजकारण्यांसह व्यक्ती तर्कसंगत स्वार्थाने प्रेरित असतात. ते निर्णय घेतात आणि कृती करतात; त्यांना विश्वास आहे की त्यांचे स्वतःचे कल्याण किंवा उपयोगिता वाढेल. हे तत्त्व सरकारी कर्ते केवळ सार्वजनिक हित किंवा परोपकारी हेतूंद्वारे चालवले जातात या पारंपारिक दृष्टिकोनाला आव्हान देते.

२) उपयुक्तता अधिकतमता :

सार्वजनिक निवड सिद्धांत व्यक्तींना उपयुक्तता वाढवणारे घटक म्हणून पाहते जे त्यांचे स्वतःचे ध्येय आणि प्राधान्ये साध्य करण्याचा प्रयत्न करतात. विविध पर्यायांशी संबंधित खर्च आणि फायदे विचारात घेऊन व्यक्ती सर्वात जास्त वैयक्तिक लाभ किंवा समाधान देईल असे त्यांना वाटत असलेल्या निवडी करतात. हे तत्त्व मतदार आणि सार्वजनिक अधिकारी दोघांनाही लागू होते.

३) मर्यादांनुसार निर्णय घेणे :

सार्वजनिक निवड सिद्धांत ओळखतो की सार्वजनिक क्षेत्रातील व्यक्तींना मर्यादित संसाधने, वेळ आणि माहिती यासारख्या विविध अडचणींचा सामना करावा लागतो. निर्णय-निर्मात्यांनी विविध पर्यायांच्या किंमती आणि फायद्यांचे मापन केले पाहिजे आणि या मर्यादांमध्ये त्यांच्या स्वार्थासाठी सर्वात अनुकूल असलेल्या निवडी कराव्यात. हे तत्त्व लोकप्रशासनातील निर्णय घेण्यावर प्रभाव टाकणाऱ्या व्यावहारिक वास्तवांना मान्यता देते.

४) प्रोत्साहन आणि निषेध :

सार्वजनिक निवड सिद्धांत वर्तनाला आकार देण्यासाठी प्रोत्साहनांच्या भूमिकेवर जोर देते. व्यक्ती त्यांच्या निर्णय प्रक्रियेत सकारात्मक प्रोत्साहन (पुरस्कार) आणि नकारात्मक प्रोत्साहनांना (शिक्षा) प्रतिसाद देतात. संस्थात्मक संरचना, धोरणे आणि बक्षिसे व शिक्षेची प्रणाली यांची रचना सार्वजनिक अधिकारी आणि राजकारण्यांच्या वर्तनावर प्रभाव टाकू शकते. हे तत्त्व इच्छित परिणामांसह प्रोत्साहन संरेखित करण्याचे महत्त्व अधोरेखित करते.

५) हित शोधणारे वर्तन :

सार्वजनिक निवड सिद्धांत हित शोधण्याच्या घटनेचा शोध घेते, जे सरकारी कृती किंवा धोरणांमधून आर्थिक किंवा राजकीय लाभ मिळवू पाहणाऱ्या व्यक्ती किंवा स्वारस्य गटांना सूचित करते. सार्वजनिक अधिकार्यांवर अनुकूल

उपचार किंवा धोरणे शोधणाऱ्या विशेष स्वारस्य गटांचा प्रभाव असू शकतो ज्यामुळे त्यांना व्यापक सार्वजनिक हिताच्या खर्चावर फायदा होईल. हे तत्त्व सार्वजनिक निर्णय प्रक्रियेतील अकार्यक्षमता आणि अकार्यक्षमतेची संभाव्यता अधोरेखित करते.

६) मतदार तर्कशुद्धता आणि माहिती :

सार्वजनिक निवड सिद्धांत मतदारांचे वर्तन आणि त्यांची निर्णय घेण्याची प्रक्रिया तपासते. यात असे गृहीत धरले जाते की मतदार हे तर्कसंगत कर्ते आहेत जे त्यांच्या स्वार्थाच्या आधारावर निवडी करतात आणि विविध धोरण पर्यायांच्या कथित खर्च आणि फायदे यावर आधारित असतात. सिद्धांतामध्ये अपूर्ण माहितीची भूमिका आणि त्याचा मतदार निर्णय घेण्यावर आणि निवडणूक निकालांवर कसा परिणाम होऊ शकतो याचाही विचार केला जातो.

७) सार्वजनिक निवड आणि सार्वजनिक धोरण :

सार्वजनिक धोरणाच्या विश्लेषणासाठी सार्वजनिक निवड सिद्धांताचा परिणाम होतो. हे धोरण परिणाम समजून घेण्यासाठी सार्वजनिक कर्त्यांचे प्रोत्साहन, प्रेरणा आणि वर्तनाचे विश्लेषण करण्याचे महत्त्व अधोरेखित करते. सिद्धांत सुचवितो की धोरण निवडींनी व्यक्तींच्या स्वार्थी वर्तनाचा आणि विशेष स्वारस्य गटांच्या संभाव्य प्रभावाचा विचार केला पाहिजे.

३.२.३ सार्वजनिक निवड सिद्धांताचे उपयोजन :

सार्वजनिक निवड सिद्धांत, स्वार्थ, तर्कशुद्ध निर्णय घेणे आणि प्रोत्साहन यावर जोर देऊन, सार्वजनिक प्रशासनाच्या क्षेत्रासाठी अनेक परिणाम स्पष्ट करतो. हे परिणाम सार्वजनिक कर्त्यांच्या वर्तनावर, सार्वजनिक संस्थांचे कार्य आणि सार्वजनिक धोरणे व कार्यक्रमांच्या परिणामांवर प्रकाश टाकतात. सार्वजनिक प्रशासनातील सार्वजनिक निवड सिद्धांताचे काही प्रमुख परिणाम पुढीलप्रमाणे आहेत :

१) वैयक्तिक वर्तन समजून घेणे :

सार्वजनिक निवड सिद्धांत सार्वजनिक अधिकारी, राजकारणी आणि नोकरशहांसह सार्वजनिक क्षेत्रातील व्यक्तींचे वर्तन समजून घेण्यास मदत करतो. हे ओळखते की या व्यक्ती स्वतःच्या स्वारस्याने प्रेरित आहेत आणि त्यांचे स्वतःचे कल्याण जास्तीत-जास्त करण्यासाठी निवड करतात. ही समज सार्वजनिक कर्त्यांनी घेतलेले निर्णय आणि कृती स्पष्ट करण्यात मदत करते तसेच त्यांच्या प्रेरणा आणि वर्तनाबद्दल अंतर्दृष्टी प्रदान करते.

२) निर्णय घेण्याच्या प्रक्रियेचे विश्लेषण :

सार्वजनिक निवड सिद्धांत सार्वजनिक प्रशासनातील निर्णय प्रक्रियेचे विश्लेषण करण्यासाठी एक चौकट प्रदान करतो. हे निर्णयकर्त्यांद्वारे खर्च आणि फायद्यांची तर्कसंगत गणना आणि त्यांच्या निवडींवरील प्रोत्साहनांच्या प्रभावावर जोर देते. सार्वजनिक कर्त्यांना भेडसावणाऱ्या प्रोत्साहनांचा आणि अडथळ्यांचा विचार करून, निर्णय कसे घेतले जातात आणि काही धोरणे किंवा कार्यक्रम इतरांपेक्षा का पसंत केले जातात हे आपण अधिक चांगल्या प्रकारे समजू शकतो.

३) सार्वजनिक धोरणांचे मूल्यमापन :

सार्वजनिक निवड सिद्धांत सार्वजनिक धोरणे आणि कार्यक्रमांच्या मूल्यमापनासाठी अंतर्दृष्टी प्रदान करतो. हे धोरण प्रक्रियेत सहभागी असलेल्या विविध कर्त्यांच्या प्रोत्साहन आणि प्रेरणांचे विश्लेषण करण्याचे महत्त्व अधोरेखित करते. वेगवेगळे भागधारक त्यांचे स्वतःचे हितसंबंध कसे वाढवण्याचा प्रयत्न करत असतील याचा विचार करून, आपण धोरणांच्या संभाव्य प्रभावाचे मूल्यांकन करू शकतो आणि संभाव्य अकार्यक्षमता किंवा हित शोधण्याचे वर्तन ओळखू शकतो.

४) प्रभावी संस्थांची रचना करणे :

सार्वजनिक निवड सिद्धांत सूचित करतो की संस्था आणि प्रशासन संरचनांची रचना सार्वजनिक कर्त्यांच्या वर्तनाला आकार देऊ शकते. हे इच्छित परिणामांसह प्रोत्साहन संरेखित करण्याच्या गरजेवर भर देते आणि स्वारस्य असलेल्या वर्तनातील जोखीम कमी करण्यासाठी सत्ता-संतुलन तयार करतात. पारदर्शकता, उत्तरदायित्व आणि स्पर्धेला प्रोत्साहन देणाऱ्या संस्थांची रचना करून, आपण चांगले निर्णय घेण्यास प्रोत्साहन देऊ शकतो आणि लोकप्रशासनाची परिणामकारकता सुधारू शकतो.

५) नागरिकांचा सहभाग वाढवणे :

सार्वजनिक निवड सिद्धांत हे मान्य करतो की नागरिक तर्कसंगत कर्ते आहेत जे प्रोत्साहनांना प्रतिसाद देतात. हे नागरिकांच्या पसंती आणि सार्वजनिक निर्णय प्रक्रियेत सहभागी होण्यासाठी लागणारे खर्च आणि फायदे विचारात घेण्याच्या महत्त्वावर भर देते. नागरिकांच्या सहभागासाठी यंत्रणा प्रदान करून, जसे की सहभागी अंदाजपत्रक किंवा सार्वजनिक सल्लामसलत, सार्वजनिक प्रशासन नागरिकांच्या गरजा आणि आकांक्षा यांच्याशी धोरणे अधिक चांगल्या प्रकारे संरेखित करू शकतात.

६) कार्यक्षमता आणि जबाबदारीला प्रोत्साहन देणे :

सार्वजनिक निवड सिद्धांत सार्वजनिक प्रशासनातील कार्यक्षमता आणि जबाबदारीचे महत्त्व अधोरेखित करतो. प्रोत्साहनांचे संरेखन करून आणि स्पर्धात्मक दबावांचा परिचय करून, सिद्धांत कमीत-कमी खर्चात दर्जेदार सार्वजनिक सेवा वितरीत करण्यावर लक्ष केंद्रित करण्यास प्रोत्साहित करतो. सार्वजनिक कर्त्यांना त्यांच्या कृती आणि परिणामांसाठी जबाबदार धरण्यासाठी पारदर्शकता, देखरेख यंत्रणा आणि प्रभावी कार्यप्रदर्शन मूल्यमापनाची गरज यावर जोर देण्यात आला आहे.

३.२.४ सार्वजनिक निवड सिद्धांतावरील टीका :

सार्वजनिक निवड सिद्धांतावरील टीका पुढील मुद्यांच्या आधारे स्पष्ट करता येतील :

१) सरलीकृत गृहीतके :

मानवी वर्तनाबद्दलच्या सरलीकृत गृहितकांवर अवलंबून राहण्यासाठी सार्वजनिक निवड सिद्धांतावर अनेकदा टीका केली जाते. हे गृहीत धरते की व्यक्ती केवळ स्वार्थ आणि तर्कशुद्धतेने प्रेरित असतात, इतर महत्त्वाच्या घटकांकडे दुर्लक्ष करतात जसे की परोपकार, सामाजिक नियम आणि नैतिक विचार इ. समीक्षकांचा असा युक्तिवाद आहे की मानवी वर्तनाचा हा संकुचित दृष्टिकोन वास्तविक-जगातील निर्णय घेण्यातील गुंतागुंत आणि बारकावे पकडण्यात अयशस्वी ठरतो.

२) सार्वजनिक हिताचा विचार न करणे :

सार्वजनिक निवड सिद्धांताने स्वार्थावर भर दिल्याने सार्वजनिक हिताकडे दुर्लक्ष होऊ शकते. समीक्षकांचा असा युक्तिवाद आहे की सार्वजनिक क्षेत्रातील व्यक्ती केवळ वैयक्तिक फायद्यासाठी प्रेरित आहेत असे गृहीत धरून सिद्धांत सार्वजनिक अधिकारी लोकांच्या भल्यासाठी खऱ्या अर्थाने प्रयत्न करण्याच्या शक्यतेकडे दुर्लक्ष करतो. स्वहितावरील हा संकुचित भर सार्वजनिक सेवेचे महत्त्व आणि सार्वजनिक प्रशासनाची व्यापक उद्दिष्टे कमी करू शकतो.

३) बाजारेतर मूल्यांकडे दुर्लक्ष :

सार्वजनिक निवड सिद्धांत हा बाजार-आधारित उपायांना प्राधान्य देतो आणि सार्वजनिक प्रशासनाच्या गैर-बाजार पैलूंच्या मूल्याकडे दुर्लक्ष करतो. समीक्षकांचा असा युक्तिवाद आहे की कार्यक्षमतेवर आणि वैयक्तिक प्रोत्साहनांवर

सिद्धांताचा भर सार्वजनिक निर्णय घेण्याच्या महत्त्वपूर्ण सामाजिक, सांस्कृतिक आणि नैतिक परिमाणांकडे दुर्लक्ष करतो. या संकुचित दृष्टीकोनामुळे सार्वजनिक वस्तू आणि सेवांचे अवमूल्यन होऊ शकते जे बाजाराच्या तत्त्वांशी जुळत नाहीत.

४) तर्कशुद्धतेचे अवास्तव गृहितक :

सार्वजनिक निवड सिद्धांत असे गृहीत धरते की व्यक्ती पूर्णपणे तर्कसंगत निर्णय घेणाऱ्या असतात ज्यांच्याकडे संपूर्ण माहिती असते आणि ते खर्च व फायदे अचूकपणे मोजू शकतात. समीक्षकांचा असा युक्तिवाद आहे की हे गृहितक बंधनकारक तर्कशुद्धता, मर्यादित माहिती आणि निर्णय घेण्यावर प्रभाव पाडणारे संज्ञानात्मक पूर्वाग्रह यांच्या वास्तवाशी जुळत नाही. सार्वजनिक प्रशासनातील मानवी वर्तणूक बऱ्याचदा पूर्वानुभव, पक्षपातीपणा आणि संस्थात्मक मर्यादांमुळे प्रभावित होते.

५) सत्ता गतिशीलतेकडे दुर्लक्ष करणे :

समीक्षकांचा असा युक्तिवाद आहे की सार्वजनिक निवड सिद्धांत सत्ता गतिशीलता आणि समाजातील सत्ता व संसाधनांच्या असमान वितरणाचा पुरेसा विचार करत नाही. सत्ता विषमता आणि स्वारस्य गटांचा प्रभाव सार्वजनिक निर्णय आणि धोरण परिणामांना कसा आकार देऊ शकतो याचे निराकरण करण्यात तो अयशस्वी ठरतो. या अपयशामुळे सत्ता आणि राजकारण सार्वजनिक प्रशासनावर कोणत्या मार्गांनी परिणाम करतात याचा हिशेब देण्याची सिद्धांताची क्षमता मर्यादित करते.

६) संस्थांच्या प्रभावाकडे दुर्लक्ष :

सार्वजनिक निवड सिद्धांत अनेकदा संस्थांच्या भूमिकेकडे आणि निर्णय प्रक्रियेवर त्यांचा प्रभाव दुर्लक्षित करतो. समीक्षकांचा असा युक्तिवाद आहे की कायदेशीर चौकट, निकष आणि संस्थात्मक संरचना यासह संस्था सार्वजनिक कर्त्यांचे प्रोत्साहन आणि वर्तनाला आकार देतात. संस्थांच्या प्रभावाचा विचार करण्यात अयशस्वी झाल्यास लोकप्रशासन आणि धोरण-निर्धारणाची अपूर्ण समज होऊ शकते.

७) मर्यादित धोरण नियम :

सार्वजनिक निवड सिद्धांतावर काही वेळा त्याच्या मर्यादित धोरण नियमासाठी टीका केली जाते. समीक्षकांचा असा युक्तिवाद आहे की कार्यक्षमतेवर आणि बाजार यंत्रणेवर सिद्धांताचा भर महत्त्वपूर्ण सामाजिक आणि वितरणात्मक समस्यांकडे दुर्लक्ष करू शकतो. हे असमानता, सामाजिक न्याय आणि अत्यावश्यक सार्वजनिक सेवांच्या तरतुदीच्या मुद्द्यांवर पुरेसे लक्ष देऊ शकत नाही. हे मर्यादित धोरण व्याप्ती जटिल सामाजिक आव्हानांना सामोरे जाण्यासाठी सिद्धांताच्या लागू होण्यात अडथळा आणू शकते.

३.३ जागतिकीकरण आणि लोकप्रशासन :

जागतिकीकरण ही संकल्पना व्यापक असून तिचे विविध पैलू आहेत. आर्थिक, राजकीय, सामाजिक, सांस्कृतिक, वैचारिक अशा सर्वच पातळ्यांवर जागतिकीकरणाची प्रक्रिया घडताना दिसून येते. त्यामुळेच जागतिकीकरणाची काही वैशिष्ट्ये समोर येतात. वस्तू आणि सेवा यांचे सीमांपलीकडे वेगाने घडून येणारे व्यवहार. माहिती तंत्रज्ञान आणि वाहतुकीच्या क्षेत्रात घडून आलेला तांत्रिक विकास आणि आंतरराष्ट्रीय भांडवल प्रवाहात झालेली वाढ ही जागतिकीकरणाची मुख्य वैशिष्ट्ये सांगता येतील. मागील काही दशकात म्हणजेच १९९० नंतरच्या काळात जागतिकीकरणामुळे सर्वच क्षेत्रात महत्त्वाचे बदल घडून आले आहेत. त्याआधारे जागतिकीकरणाची वैशिष्ट्ये जाणून घेता येतील.

३.३.१ अर्थ :

जागतिकीकरण (globalisation) म्हणजे देशांतर्गत अर्थव्यवस्थेची जागतिक अर्थव्यवस्थेशी सांगड घालणे होय. जागतिकीकरणाचा संबंध आर्थिक एकत्रिकरणाशी आहे. तसेच तो राष्ट्रांराष्ट्रांतील वाढत्या आर्थिक परस्परावलंबीत्वाशी आहे. जगाची एकच मोठी बाजारपेठ निर्माण करण्याची प्रक्रिया म्हणजे जागतिकीकरण होय. जागतिकीकरणाच्या प्रक्रियेत आंतरराष्ट्रीय पातळीवरील व्यापार, भांडवल प्रवाह, तंत्रज्ञानाचा प्रवाह सुकरपणे होण्याच्या मार्गातील अडथळे दूर करणे अपेक्षित आहे.

जागतिकीकरण म्हणजे तौलानिक खर्च सिद्धांताची आवृत्तीच होय. जागतिक व्यापार संघटनेच्या चौकटीत जगातील राष्ट्रांना एकत्रित आणण्याचा प्रयत्न जागतिकीकरणाच्या माध्यमातून होत आहे. जागतिकीकरणात संपूर्ण जगाचा सहभाग अपेक्षित असून यातून राष्ट्रीय बाजारपेठेचा आंतरराष्ट्रीय बाजाराच्या दिशेने विस्तार होत आहे. जागतिकीकरणामुळे भारतीय उद्योगांपुढे जागतिक पातळीवरील स्पर्धेचे आव्हान निर्माण झाले आहे.

३.३.२ व्याख्या :

जागतिकीकरणाच्या व्याख्या पुढीलप्रमाणे सांगता येतील :

१) सी.टी. कुरियन :

''परस्परातील व्यवहारातून आणि वैयक्तिक उद्दिष्टे साध्य करण्याच्या प्रक्रियेतून कालांतराने एक वैशिष्ट्यपूर्ण अर्थव्यवस्था अस्तित्वात येते त्यास जागतिकीकरण असे म्हणतात.''

२) रुसी मोदी :

''जागतिकीकरण म्हणजे खुली स्पर्धा आणि नवीन तंत्रज्ञान यांच्या साहाय्याने उत्पादकता आणि उत्पादन वाढविणे तसेच संपूर्ण जगाची एकच बाजारपेठ करुन त्यात वस्तू व सेवांची विक्री करणे होय.''

३) श्री. कुमार सिंग :

''जगातील सर्वच राष्ट्रांची एकच बाजारपेठ निर्माण करुन त्यात जगातील साधन-सामग्रीचे आणि भांडवलाचे सहजतेने परिचलन निर्माण करणे म्हणजेच जागतिकीकरण करणे होय.''

३.३.३ जागतिकीकरणाच्या काळात लोकप्रशासनाचे बदललेले स्वरूप :

१९६० च्या कालखंडानंतर जागतिकीकरणाच्या प्रक्रियेने वेग घेतला. उदारीकरण, खासगीकरण या संकल्पनांचा जगातील बहुतांश राष्ट्रांनी तात्त्विक आणि व्यावहारिक स्वीकार केला. जागतिकीकरणाच्या प्रक्रियेत अंतर्भूत असलेल्या बाबी, सकारात्मक आणि नकारात्मक दृष्टिकोन यांचाही जगातील सर्व राष्ट्रांना अपरिहार्यपणे स्वीकार करावा लागला. जागतिकीकरणाच्या प्रक्रियेचा प्रशासन व्यवस्थेवरही प्रभाव पडला. प्रशासन कार्यक्षम व्हावे, शासनाने तयार केलेली सार्वजनिक धोरणे सर्वसामान्य जनतेपर्यंत पोहोचावीत, त्यांचा प्रत्यक्ष लाभ सर्वसामान्यांना व्हावा या दृष्टिकोनातून प्रशासन व्यवस्थेत आमूलाग्र बदल घडून आले. जागतिकीकरणाच्या काळात लोकप्रशासनाचे बदललेले स्वरूप पुढील मुद्यांच्या आधारे स्पष्ट करता येईल :

१) संगणकाचा वापर :

जागतिकीकरणाच्या प्रक्रियेचा भारताने १९९०-९१ साली तात्त्विक व व्यावहारिक दृष्टिकोनातून स्वीकार केला. जागतिकीकरणाच्या प्रक्रियेचा स्वीकार केल्याने भारतीय प्रशासन व्यवस्थेत आमूलाग्र बदल झाले. उत्पादक क्षेत्रात मोठ्या प्रमाणावर संगणकाचा उपयोग होण्यास प्रारंभ झाला. धोरणनिर्मितीच्या प्रक्रियेतील पहिला टप्पा म्हणजे माहितीचे संकलन करण्यासाठी त्यातील वस्तुनिष्ठता, योग्यायोग्यता पडताळण्याच्या दृष्टिकोनातून संगणकाचा

मोठ्या प्रमाणावर उपयोग करण्यास सुरूवात झाली. पूर्वी कार्यालयीन पत्रव्यवहार करताना टंकलेखन यंत्राचा उपयोग करण्यात येत असे, वाहतूक क्षेत्रात प्रवाशांना नियोजित ठिकाणी जाण्यासाठी प्रदीर्घ काळ रांगेत उभे रहावे लागत असे. मात्र कार्यालयीन व्यवहार, वाहतूक क्षेत्र अशा विविध क्षेत्रात संगणकाचा वापर होऊ लागल्याने प्रशासकीय क्षमतेत वाढ झाली. निर्णयात विसंग, दफ्तर दिरंगाई असे दोष संपुष्टात आणले गेले. थोडक्यात, लोकप्रशासन म्हणजे लोकांसाठी असलेले प्रशासन व त्याचे स्वरूप खरोखर लोकाभिमुख करायचे असेल तर प्रशासकीय प्रक्रियेत आमूलाग्र बदल करण्याच्या दृष्टिकोनातून लोकप्रशासनाच्या सर्वच क्षेत्रात संगणकाचा उपयोग होण्यास सुरूवात झाली. थोडक्यात, जागतिकीकरणाच्या प्रभावामुळे प्रशासन कार्यक्षम व्हावे या दृष्टिकोनातून प्रशासनाच्या सर्वच क्षेत्रात संगणकाचा वापर होण्यास सुरूवात झाली.

२) **माहितीचा अधिकार :**

जागतिकीकरणाच्या प्रभावामुळे लोकप्रशासनात आणखी एक घडलेला बदल म्हणजे इ. स. २००९ साली संसदेने सर्वसामान्य नागरिकांना प्रशासनाचे कार्य कसे चालत आहे याची पूर्ण माहिती देण्याच्या उद्देशाने माहितीचा अधिकार प्रदान केला. आतापर्यंत गोपनीयतेच्या नावाखाली प्रशासनाचे जे कार्य चालत होते त्यावर सर्वसामान्य जनतेचे नियंत्रण प्रस्थापित व्हावे या दृष्टिकोनातून माहितीचा, प्रशासकीय क्षेत्रातील माहिती मिळविण्याचा अधिकार सर्वसामान्य जनतेला बहाल करण्यात आला व प्रशासनातील दोष दूर करण्याच्या उद्देशाने, प्रशासन अधिकाधिक पारदर्शक करण्याच्या उद्देशाने प्रयत्न करण्यात आले. माहितीच्या अधिकाराचे प्रदान सर्वसामान्य जनतेला केल्यामुळे शासकीय नोंदी, शेरे, ई–मेल्स, कागदपत्रे, प्रसिद्धी पत्रके, रोजनिशी करारनामा, अहवाल, कागद, उदाहरणे, नमुने या आणि अशा स्वरूपातील कोणतेही साहित्य इलेक्ट्रॉनिक माध्यमात असलेली कोणत्याही प्रकारची माहिती विशिष्ट प्रक्रियेद्वारे सहजपणे मिळविता येते. थोडक्यात, प्रशासनात पारदर्शकता आणण्याच्या उद्देशाने, प्रशासनातील 'गोपनीयतेच्या' नावाखाली चालणारे सर्व व्यवहार जनतेला समजावेत यासाठी माहितीचा अधिकार प्रत्यक्ष अमलात आणण्यात आलेला आहे.

३) **विशेषज्ञ प्रशासकाची नियुक्ती :**

प्रशासन अधिक कार्यक्षम व्हावे, योग्य परिस्थितीला अनुसरून योग्य असे निर्णय घेतले जावेत, शासनाच्या पैशाचा अपव्यय टाळावा, सार्वजनिक धोरणांची प्रभावी अंमलबजावणी व्हावी या उद्देशाने प्रशासकीय क्षेत्रात घडवून आणलेला बदल म्हणजे विशेषज्ञ प्रशासकाची नियुक्ती करण्याचा धोरणात्मक निर्णय घेण्यात आला. जागतिकीकरणाच्या प्रक्रियेत आपले अस्तित्व टिकवून ठेवायचे असेल, आंतरराष्ट्रीय स्तरावर देशाची प्रतिमा उंचावयाची असेल तर प्रशासकीय क्षेत्र कार्यक्षम करणे गरजेचे आहे असे मत अनेक लोकप्रशासन तज्ज्ञांनी व्यक्त केले व प्रशासन कार्यक्षम करण्याच्या उद्देशाने विशेषज्ञ प्रशासकाची नियुक्ती करण्यात आली. सर्वसाधारण प्रशासकाला प्रशासकीय कार्यातील तांत्रिक बाबींचे फारसे ज्ञान नसते, प्रशासनात निर्माण झालेल्या समस्या सोडविण्यात सर्वसामान्य प्रशासक प्रभावी ठरत नाही हे लक्षात आल्याने तसेच जागतिकीकरणामुळे निर्माण झालेल्या आव्हानांना समर्थपणे तोंड देण्यासाठी, प्रशासनातील दोष दूर करण्यासाठी विशेषज्ञ प्रशासकाची नियुक्ती करण्याचा निर्णय घेण्यात आला. आधुनिक काळात विचार करता प्रशासनाच्या प्रत्येक क्षेत्रात, शासनाच्या प्रत्येक खात्यात, विभागात आणि उपविभागात विशेषज्ञ प्रशासक कार्य करीत आहेत असे आढळते.

४) **भरती प्रक्रियेचे बदललेले स्वरूप :**

सनदी सेवकांची भरती प्रक्रिया म्हणजे लोकप्रशासनाचा आत्मा आहे. योग्य पदासाठी योग्य व्यक्तीची नियुक्ती व्हावी या दृष्टिकोनातून जागतिकीकरणाच्या काळात भरती प्रक्रियेत देखील बदल करण्यात आलेले आहेत.

केंद्रशासनाने प्रशासनात सनदी सेवकांची भरती करण्यासाठी संघ लोकसेवा आयोग व राज्यशासनाने राज्य लोकसेवा आयोगाची स्थापना केली. सुरूवातीच्या काळात प्रश्नपत्रिका व उत्तरपत्रिका उमेद्वारांना देण्यात येत व उत्तरपत्रिकांचे मूल्यमापन करून परीक्षेला बसलेल्या विद्यार्थ्यापैकी काही उमेद्वारांचीच निवड होत असे. या मूल्यमापन पद्धतीत काही दोष असल्याचेही आढळून आले होते. मात्र जागतिकीकरणाच्या काळात व सनदी सेवकांची नियुक्ती करण्यासाठी, त्यांची भरती करण्यासाठी 'ऑनलाईन' पद्धतीचा स्वीकार करण्यात आला. या पद्धतीच्या स्वीकारामुळे सनदी सेवकाची भरती करण्यापूर्वी परीक्षेला बसणाऱ्या विद्यार्थ्यांची संपूर्ण माहिती शासन यंत्रणेला मिळते. योग्य पदासाठी योग्य व्यक्तीची निवड करणे, प्रशासन कार्यक्षम करणे, प्रशासन लोकाभिमुख करणे असे विविध दृष्टिकोन नजरेसमोर ठेवून भरती प्रक्रियेच्या स्वरूपात बदल करण्यात आलेले आहेत.

५) ई-गव्हर्नंस :

जागतिकीकरणाच्या काळात प्रशासनात झालेला एक अत्यंत महत्त्वपूर्ण बदल म्हणजे प्रशासनाने ई-गव्हर्नंस या संकल्पनेचा तात्त्विक आणि व्यावहारिक स्वीकार केलेला आहे. विशेषतः उदारीकरणाच्या काळात केंद्र व राज्यशासनाने सर्वसामान्य जनतेचे हित जोपासण्याच्या उद्देशाने विविध सार्वजनिक धोरणे तयार केलेली असून जनतेला प्रस्थापित शासनाशी संपर्क साधता यावा, सरकारच्या धोरणांची माहिती व्हावी, धोरणनिर्मितीच्या प्रक्रियेत सर्वसामान्य जनतेचा सहभाग वाढावा यासाठी अनेक संकेतस्थळे (वेबसाईट) उपलब्ध करून देण्याची सोय शासनाने केलेली आहे. उदा. आपली जमीन कोकणात असेल व आपण कोल्हापूर, पुणे, मुंबई अशा शहरात राहत असू, आपल्या जमिनीविषयी माहिती मिळवायची असेल तर महाराष्ट्र शासनाने "Land Records of Maharashtra" संकेतस्थळ उपलब्ध करून दिलेले आहे. ई-गव्हर्नंस याला 'ई-प्रशासन' किंवा 'डिजीटल प्रशासन' असेही म्हणतात. थोडक्यात, जागतिकीकरणाच्या काळात घडणाऱ्या बदलांना अनुसरून शासनाने प्रशासकीय क्षेत्रातही अनेक बदल केलेले आहेत. थोडक्यात, प्रशासन पारदर्शक बनविणे, लोकाभिमुख बनविणे या दृष्टिकोनातून नवनवीन संकल्पनांचा तात्त्विक आणि व्यवहार्य दृष्टिकोनातून स्वीकार केलेला आहे.

६) पदोन्नती प्रक्रियेत झालेले बदल :

जागतिकीकरणाच्या काळात सनदी सेवकांची भरती करण्याच्या प्रक्रियेत, पद्धतीत जसे बदल करण्यात आले तसेच बदल कर्मचाऱ्यांची बढती करण्याच्या प्रक्रियेत प्रशासनाने केले. जागतिकीकरणाच्या काळात सार्वजनिक क्षेत्राचे पूर्वीचे असलेले महत्त्व कमी झालेले असून खासगी क्षेत्राचे महत्त्व वाढलेले आहे. खासगी क्षेत्रात बहुराष्ट्रीय तसेच राष्ट्रातीत कंपन्यांनी भारतात आपला विस्तार केलेला असून कर्मचाऱ्यांची बढती करताना, पदोन्नती करताना सेवाजेष्ठतेपेक्षा कार्यक्षमता या घटकालाच महत्त्व देण्याचा धोरणात्मक निर्णय घेतलेला आहे तसेच प्रशासनात देखील कर्मचाऱ्यांची बढती करताना त्याने किती वर्षे कार्य केले यापेक्षा ती व्यक्ती किती कार्यक्षम आहे, कार्यनिपुण आहे याचाच विचार करण्यात येतो. थोडक्यात, जागतिकीकरणाच्या काळात बढतीच्या निकषात प्रसंगानुरूप बदल करण्यात आलेले असून सेवा जेष्ठतेपेक्षा कार्यक्षमता या घटकालाच प्राधान्य देण्याचा धोरणात्मक निर्णय घेण्यात आलेला आहे.

उपरोक्त मुद्यांच्या आधारे असे नमूद करता येईल की, जागतिकीकरणाच्या काळात प्रशासन यंत्रणेत, व्यवस्थेत अनेक बदल करण्यात आलेले असून प्रशासनाचा चेहरा-मोहरा पूर्णपणे बदलण्यात आलेला आहे. प्रशासनाच्या सर्व क्षेत्रात संगणकाचा मोठ्या प्रमाणावर उपयोग करण्यात येतो. त्याचप्रमाणे प्रशासनातील गोपनीयतेच्या नावाखाली चालणारे प्रकार थांबविण्याच्या उद्देशाने, प्रशासन पारदर्शक करण्याच्या उद्देशाने इ. स. २००५ साली माहितीचा अधिकार संमत करण्यात आलेला आहे. प्रशासन कार्यक्षम व्हावे, सर्वसाधारण प्रशासकाला येणाऱ्या अडचणी

दूर व्हाव्यात या उद्देशाने विशेषज्ञ प्रशासकाची नियुक्ती करण्याचा धोरणात्मक निर्णय घेण्यात आलेला आहे तसेच भरती आणि बढतीच्या प्रक्रियेचे स्वरूप देखील पूर्णपणे बदललेले आहे. थोडक्यात, जागतिकीकरणाच्या काळात प्रशासनाच्या स्वरूपात अनेक आमूलाग्र असे बदल करण्यात आलेले असल्याने प्रशासनाचे स्वरूप पूर्णपणे बदललेले आहे.

३.३.४ जागतिकीकरणाचा लोकप्रशासनावरील परिणाम :

प्रशासनातील अनेक क्रांतीकारक बदल जागतिकीकरणाच्या आगमनानंतर झालेले दिसून येतात. लोकप्रशासनावर जागतिकीकरणाचे अनेक परिणाम घडून आल्याने भारतीय प्रशासन प्रभावित झाले आहे. आधुनिक काळात प्रशासन व्यवस्थेचे महत्त्व दिवसेंदिवस वाढत असताना एकीकडे जागतिकीकरणाद्वारे अनेक नव्या संकल्पना व धोरणांचा स्वीकार भारतीय प्रशासनाने केलेला दिसतो. प्रत्यक्ष व अप्रत्यक्षरित्या भारतीय प्रशालन जागतिकीकरणाच्या प्रवाहात समाविष्ट होताना दिसते. गेल्या दोन दशकात आंतरराष्ट्रीय पातळीवरील राजकीय प्रक्रिया, व्यापार, स्पर्धा, संबंध करार अशा अनेक बाबींमुळे जागतिकीकरण व बदलते प्रशासन हे अभ्यासने महत्त्वाचे ठरते. जागतिकीकरणाचा प्रशासनावरील परिणाम पुढील मुद्यांद्वारे स्पष्ट करता येतो. भारतीय प्रशासनावर जागतिकीकरणामुळे अनेक बरेवाईट परिणाम झालेले दिसून येतात. ते पुढील प्रमाणे सांगता येतील.

१) कल्याणकारी राज्याची नष्ट होणारी संकल्पना :

भारतासारख्या इतर अनेक विकसनशील देशातील कल्याणकारी राज्याची संकल्पना जागतिकीकरणाच्या आगमणानंतर नष्ट होताना दिसते आहे. मुळातच अनेक मागास देशातील जनहिताचे, भविष्यातील विकासाचा ठाव घेणारी धोरणे, कार्यक्रम इत्यादी जागतिकीकरणामुळे अमुलाग्र बदल झालेले आहेत. सामान्य जनहीताच्या धोरणांच्या अंमलबजावणीला जागतिकीकरणामुळे बाधा पोहचली आहे. असे सर्वाधीने म्हणता येते. विकासाचा येथे दुसरा चेहरा पाहाणे महत्त्वाचे ठरते. भारतासारख्या देशातील कल्याणकारी, सर्वसमावेशक कल्यानाचे, तळागाळातील लोकांच्या उद्धाराचे धोरण जागतिकीकरणाच्या लाटेत नष्ट होत गेलेले दिसते. प्रशासकीय धोरणांना आंतराष्ट्रीयतेची, उदारीकरणाची आणि खाजगीकरणाची साधने पडू लागल्याने, प्रशासनाच्या परिघावरच्या गटांवरचे लक्ष कुठे तरी कमी पडताना दिसते. अशाही परिस्थितीत प्रत्येक राष्ट्र आपआपल्या संवेधानिक चौकटीत राहून सामान्य जनतेच्या हिताच्या धोरणांची अंमलजबजावणी करण्याचा प्रयत्न करीत आहे.

२) बदलती प्रशासकीय धोरणे :

जागतिकीकरणाच्या आगमनानंतर प्रशासकीय धोरणांनी आपला मोर्चा अचानकपणे वळवल्याचे चित्र भारतासारख्या विकसनशील देशात पाहता येईल. त्यासोबत विकासाच्या संकल्पानाही परीवर्तीत झालेल्या दिसून येतात. मुळातच शासनाच्या अखत्यारीत असणारे व्यापार व उद्योग क्षेत्र खासगी पातळीवर वाटप केल्यामुळे परकीय गुंतवणूका, तंत्रज्ञान, आयात-निर्यात, विदेशातील गुंतवणूका, शिक्षण, आरोग्य, मनोरंजन अशा अनेक बाबीसंदर्भातील धोरणे जागतिकीकरणामुळे अमुलाग्र स्वरूपात बदललेली दिसतात. आधुनिक युग माहिती तंत्रज्ञानाचे युग आहे. पारंपारिक प्रशासनाची रचना व कार्ये यासोबतच कार्यपद्धतीमध्ये अमुलाग्र स्वरूपाचे बदल झालेले पाहता येतात.

३) प्रशासनाच्या जबाबदारीत वाढ :

आज जागतिकीकरणाद्वारे अनेक नवनवीन व अत्याधुनिक तंत्रज्ञानाची प्रशासकीय व्यवस्थांत भर पडली आहे. संगणक, दूरभाष, सुरक्षा, दळणवळण अशा अनेक बाबी प्रशासकीय सेवेत नव्याने व नव्या स्वरूपात दाखल झाल्याने प्रशासनाच्या जबाबदारीत वाढ झालेली दिसून येते. संगणकाच्या साह्याने आज प्रशासकीय कार्याला गती प्राप्त झालेली दिसते. प्रशासनाची कार्यक्षमता, पारदर्शकता, जबाबदारी वाढली आहे. कार्यक्षमता, पारदर्शकता,

जबाबदारी वाढली आहे. प्रस्तुत काळात ई. प्रशासन, ई. शासन सुशालन या सारख्या नविनतम संकल्पनांचा अवलंब केलेला दिसून येतो. त्यामुळे साहजिकच जागतिकीकरणाचे प्रशासनावर झालेले परिणाम दिसून येतात.

४) **सामान्य नागरिकांच्या हिताला बाधा :**

जागतिकीकरणाच्या लाटेबरोबरच अनेक प्रशासकीय धोरणे झापाट्याने बदलत गेली. याचा सामान्य समाजावर नकारात्मक परिणाम झालेला दिसतो. अनेक वर्षे परकीय गुलामगिरीत राहील्यानंतर प्रदिर्घ प्रतिक्षेनंतर स्वतंत्र झाली आहेत. आजचे तीसरे जग म्हणजेच विकसनशील राष्ट्रे आणि भागात राष्ट्रे त्याचाच भाग आहेत. अशा नवनिर्वाचीत राष्ट्रातील सर्वसामान्यांतांचे हित जागतिकीकरणाच्या प्रवाहात नष्ट होत गेलेले दिसेते. त्याचे मुख्य कारण म्हणजे प्रशासकीय कार्यक्रमातील अमुलाग्र बदल होत जागतिकीकरणामुळे विकासाच्या नव्या दिशा जरी समोर येत असल्या तरी परिघावरचे गट येथे रंचित राहीलेले दिसतात.

३.४ उदारीकरण आणि लोकप्रशासन :

'मुक्त व्यापार नीती' (Free Trade Policy), 'मुक्त बाजार व्यवस्था' (Free Market Economy) या संकल्पनांचा अलीकडच्या काळात म्हणजे १९९० नंतर पुन:श्च उदोउदो केला जात आहे. या संकल्पना फारशा नवीन नाहीत. भांडवलप्रधान देशात (भांडवली अर्थव्यवस्थेत – Capitalist Economy)या संकल्पना पूर्वीही रूढ होत्या. आता फक्त या संकल्पनांचे पुनरुज्जीवन झालेले आहे. विविध देशातील सामाजिक आणि आर्थिक विचारवंतांनी त्याचा पुरस्कार केला आहे.

३.४.१ अर्थ :

'उदारीकरण' याचा सोपा अर्थ, 'परस्पर सामंजस्याने, परस्परांच्या गरजांचा केला जाणारा सहानुभूतिपूर्वक विचार' सध्याचे जग परस्पर सामंजस्य आणि सहकार्य यावर जास्त आधारित आहे. त्याचे महत्त्व विकसित देशांना, विकसनशील देशांना, अविकसित देशांना पटले आहे. उदारीकरण याचा अर्थ, भांडवल गुंतवणूक, तंत्रज्ञानविषयक देवाण–घेवाण यासंदर्भात आजवर असलेले निर्बंध कमी करणे, परस्परांच्या देशात बाजारपेठा खुल्या करणे, आयात व्यापाराविषयीचे निर्बंध टप्प्याटप्प्याने कमी करणे, परस्परांना सवलती देणे (जकातीचे दर कमी करणे, आयात कोट्याची फेररचना करणे) इत्यादी. भारतासहीत अनेक राष्ट्रांनी 'गॅट करार' या नावाने ओळखल्या जाणाऱ्या आंतरराष्ट्रीय कराराच्या मसुद्यावर (trade agreement) स्वाक्षऱ्या केल्या आहेत. त्यानुसार वर उल्लेख केल्याप्रमाणे सदस्य राष्ट्रांनी परस्परांच्या बाजारपेठा खुल्या करण्याचे मान्य केलेले आहे.

३.४.२ व्याख्या :

उदारीकरणाच्या व्याख्या पुढीलप्रमाणे जाणून घेता येतील :

१) **विल्यम जे आणि मोल :**

''जेव्हा अर्थव्यवस्थेतील कोणत्याही क्षेत्रात उत्पादन, गुंतवणूक व वितरण करण्यासाठी सहज प्रवेश करता येतो आणि कोणताही उद्योग केव्हाही बंद करण्याचे स्वातंत्र्य असेल तेव्हा त्यास आर्थिक उदारीकरण असे म्हणतात.''

२) **डॉ. व्ही.एल. अन्नी :**

''निर्यातीस प्रतिबंध करणाऱ्या घटकांची तीव्रता कमी करण्यासाठी बाजाराधिष्ठित किंमत यंत्रणा स्वीकारण्याच्या प्रक्रियेस आर्थिक उदारीकरण असे म्हटले जाते.''

३.४.३ उदारीकरणाचे निर्देशक :

उदारीकरण धोरणात खालील बाबींचा समावेश होतो :

१) परकीय व्यापारावरील सर्व प्रकारचे संख्यात्मक आणि गुणात्मक नियंत्रण काढून घेणे.

२) संपूर्ण जगभरात वस्तू आणि सेवांचा मुक्त संचार.

३) स्थानिक बाजारात परदेशी वस्तू, सेवा, भांडवल आणि कंपन्यांना मुक्त प्रवेश.

४) जागतिक व्यापारामध्ये विशेषज्ञ, माहिती तंत्रज्ञान, तंत्रज्ञ यांना संधी उपलब्ध करून देणे.

३.४.४ उदारीकरणाचा लोकप्रशासनावरील परिणाम :

उदारीकरण, जागतिकीकरण व खासगीकरण या प्रक्रिया सर्वच क्षेत्रावर परिणाम करणाऱ्या आहेत. सार्वजनिक क्षेत्र देखील त्यास अपवाद नाही. उदारीकरणाच्या माध्यमातून खासगी क्षेत्राच्या व्याप्तीत वाढ घडून आली आहे. तसेच उदारीकरणातून आलेल्या बदलांमुळे देखील सार्वजनिक क्षेत्रासमोर आव्हाने निर्माण झाली आहेत. त्यामुळे उदारीकरणाच्या काळातील सार्वजनिक क्षेत्राचे स्वरूप जाणून घेणे योग्य ठरेल.उदारीकरणाचा सार्वजनिक क्षेत्रावरील परिणाम पुढील मुद्यांच्या आधारे स्पष्ट करता येईल :

१) **वाढत्या स्पर्धेचे आव्हान :**

उदारीकरणातून निर्माण झालेल्या उद्योग व व्यवसायांसोबत स्पर्धा करण्याचे आव्हान खासगी क्षेत्रासमोर निर्माण झाले आहे. उदारीकरणामुळे पूर्वी ज्या क्षेत्रात केवळ सार्वजनिक उपक्रम कार्यरत होते, त्या क्षेत्रात खासगी उपक्रमांचा कार्यभाग वाढला आहे. खासगी उपक्रम हे तुलनेने अधिक कार्यक्षम असल्यामुळे वाढत्या स्पर्धेत आपले अस्तित्व टिकवून ठेवणे. हे सार्वजनिक क्षेत्रासमोरील एक आव्हान आहे.

२) **स्वायत्ततेचा प्रश्न :**

उदारीकरणाच्या काळात एका बाजुला खासगी क्षेत्रातील उद्योगांना मोठ्या प्रमाणावर स्वायत्तता प्राप्त होत असताना दुसऱ्या बाजुला मात्र, सार्वजनिक उपक्रमांवरील नियंत्रण स्थिर स्वरूपात असलेले दिसून येते. शासकीय नियंत्रणाच्या अभावामुळे खासगी उपक्रम मोठ्या प्रमाणावर आपला विकास घडवून आणण्यात सक्षम बनतात. मात्र, सार्वजनिक उपक्रमांना कायद्यांच्या चौकटीत राहूनच कार्यरत रहावे लागते. यातून त्यांच्या स्वायत्ततेचा प्रश्न निर्माण होतो.

३) **ढासळणारी गुणवत्ता :**

उदारीकरणाच्या काळात सार्वजनिक क्षेत्रास गुणवत्तेची समस्या भेडसावताना दिसते. शासकीय नियंत्रणा खालील हे उपक्रम मोठ्या प्रमाणावर अकार्यक्षम असलेले दिसतात. भांडवलाच्या अभावामुळे आपल्या गुणवत्तेत सुधारणा घडवून आणण्यात अनेक अडचणी सार्वजनिक उपक्रमांना भेडसावतात. याऊलट खासगी उपक्रम मात्र, आपली गुणवत्ता मोठ्या प्रमाणावर टिकवून ठेवताना दिसतात.

४) **कार्यक्षेत्रावर मर्यादा :**

उदारीकरणामुळे सार्वजनिक उपक्रमांच्या कार्यक्षेत्रावर अनेक मर्यादा निर्माण झालेल्या दिसून येतात. सार्वजनिक उपक्रम तोट्यात चालत असल्यामुळे त्यांच्याकडील अनेक महत्त्वपूर्ण उपक्रम आता खासगी क्षेत्राकडे सुपूर्त करण्यात येत आहेत. त्यामुळे केवळ ठराविक क्षेत्रातच सार्वजनिक उपक्रमांचे कार्य चाललेले दिसून येते. यातून त्यांच्या कार्यक्षेत्रावर मर्यादा निर्माण झालेल्या दिसतात.

५) बहुराष्ट्रीय कंपन्यांचे आव्हान :

उदारीकरणाच्या प्रक्रियेत अनेक बहुराष्ट्रीय कंपन्यांना मान्यता देण्यात आली आहे. बहुराष्ट्रीय कंपन्या मोठ्या प्रमाणावर कार्यक्षम सेवा-सुविधा पुरवितात. जलद आर्थिक विकास साधण्यासाठी महत्त्वाच्या क्षेत्रांचे खासगीकरण केल्याशिवाय पर्याय नाही. ही भूमिका शासनाने मान्य केली. अशा परिस्थितीत बहुराष्ट्रीय कंपन्यांच्या स्पर्धेत टिकून राहण्यासाठी सार्वजनिक उपक्रमांना मोठ्या प्रमाणावर कसरत करावी लागते.

६) व्याप्तीत घट :

उदारीकरणामुळे देशाच्या सार्वजनिक क्षेत्रावर विपरीत परिणाम झालेले दिसून येतात. अकार्यक्षमतेमुळे अनेक महत्त्वाचे शासकीय उद्योगधंदे बंद करावे लागत आहे, तर काही सार्वजनिक उपक्रम भांडवलाच्या अभावामुळे बंद पडत आहे. एकूणच सार्वजनिक क्षेत्राचे अस्तित्व धोक्यात आले आहे.

उपरोक्त चर्चेच्या आधारे असे सांगता येईल की, उदारीकरणामुळे सार्वजनिक क्षेत्राची प्रासंगिकता प्रश्नांकित झाली आहे. अशा परिस्थितीत आपले अस्तित्व टिकवून ठेवण्यासाठी सार्वजनिक क्षेत्रात सुधारणा घडून येणे आवश्यक आहे. त्यासाठी खासगी क्षेत्राशी भागीदारी करण्याचा मार्ग उपयुक्त ठरू शकतो.

३.५ खासगीकरण आणि लोकप्रशासन :

१९९१ च्या आर्थिक धोरणाने सार्वजनिक क्षेत्रातील कंपन्यांमधील सरकारचा हिस्सा कमी करून खासगी क्षेत्राचा हिस्सा वाढविण्याचा निर्णय घेण्यात आला. यालाच निर्गुंतवणुकीचे धोरण असे म्हटले जाते. या धोरणानुसार सरकारने काही निवडक सार्वजनिक क्षेत्रातील कंपन्यांमधील आपला हिस्सा कमी केला. त्याचबरोबर आजारी सार्वजनिक उद्योग संस्थांना अंदाजपत्रकीय साहाय्यात कमी करण्याचे निश्चित केले. अशा प्रकारे खासगीकरण म्हणजे सार्वजनिक क्षेत्रातील उद्योगात खासगी मालकी प्रस्थापित करणे होय. खासगीकरणामुळे राज्यांचा देशातील आर्थिक उपक्रमातील सहभाग कमी झाला.

३.५.१ अर्थ :

खासगीकरण ही संकल्पना व्यापक स्वरूपाची आहे. सोप्या शब्दात सांगावयाचे झाले, तर खासगीकरण म्हणजे खासगी क्षेत्राची मालकी होय. व्यापक अर्थाने बघावयाचे झाल्यास खासगीकरणामध्ये खासगी मालकीबरोबरच (किंवा मालकी न बदलता) सार्वजनिक क्षेत्रातील उपक्रमामध्ये खासगी व्यवस्थापन आणि नियंत्रणाचा अंतर्भाव याचादेखील समावेश करता येईल. त्याचप्रमाणे एखाद्या कंपनीत पूर्णतः किंवा अंशतः खासगी क्षेत्राने भाग खरेदी केलेले असल्यास त्यासदेखील खासगीकरणच म्हटले जाईल.

३.५.२ व्याख्या :

खासगीकरणाच्या व्याख्या पुढीलप्रमाणे सांगता येतील :

१) बार्बरा ली आणि जॉन नेलीस :

''खासगीकरण म्हणजे खासगी क्षेत्राला राज्याच्या / सरकारच्या मालकीच्या व्यवसाय संस्थांच्या कामकाजात किंवा मालकी हक्कात सामावून घेण्याची सर्वसाधारण प्रक्रिया होय.''

२) डी.आर. पेंडसे :

''देशाच्या आर्थिक क्षेत्रातील सरकारची भूमिका कमी करण्याची प्रक्रिया म्हणजेच खासगीकरण होय.''

३.५.३ खासगीकरणाचे निर्देशक :

१) खासगीकरण सरकारचे सार्वजनिक क्षेत्रातील निर्गुंतवणूक दर्शविते.
२) सरकारकडून खासगी क्षेत्राकडे उद्योगांच्या मालकीचे हस्तांतरण.
३) आर्थिक उपक्रमांतून सरकारच्या गुंतवणुकीत घटक.
४) आर्थिक उपक्रमांमध्ये खासगी क्षेत्राची वाढती गुंतवणूक.
५) सरकारच्या धोरणात बदल म्हणजेच उद्योगाचा परवाना, परवानग्या, आरक्षणे, निर्बंध आणि नियमन इत्यादी संदर्भात नवीन उदारमतवादी धोरणे.

३.५.४ लोकप्रशासनासमोरील खाजगीकरणाची आव्हाने :

खाजगीकरण ही सार्वजनिक मालमत्ता आणि सेवांची मालकी आणि नियंत्रण खाजगी क्षेत्राकडे हस्तांतरित करण्याची प्रक्रिया असून जगभरातील सरकारांनी स्वीकारलेली प्रमुख आर्थिक सुधारणा धोरण बनली आहे. कार्यक्षमता सुधारण्यासाठी, सरकारी हस्तक्षेप कमी करण्यासाठी आणि गुंतवणूक आकर्षित करण्यासाठी खाजगीकरणाचा पाठपुरावा केला जात असताना, सार्वजनिक प्रशासनासमोर अनेक आव्हाने निर्माण झाली आहेत. या आव्हानांमध्ये शासन, उत्तरदायित्व, सामाजिक कल्याण आणि आर्थिक स्थैर्य अशा विविध पैलूंचा समावेश आहे.

१) सार्वजनिक नियंत्रणाचे पतन :

अत्यावश्यक सेवा आणि मालमत्तेवरील सार्वजनिक नियंत्रण गमावणे ही खाजगीकरणाची प्राथमिक समस्या आहे. खाजगी क्षेत्रामध्ये सेवांचे संक्रमण होत असताना किंमत, सेवा गुणवत्ता आणि प्रवेशयोग्यतेशी संबंधित निर्णयांवर सार्वजनिक प्रशासकांचा मर्यादित प्रभाव असू शकतो.

२) गुणवत्ता घसरण :

खाजगीकरणामुळे सेवेच्या गुणवत्तेऐवजी नफा वाढवण्यावर भर दिला जातो. खाजगी कंपन्या नफा वाढवण्यासाठी संसाधने कमी करू शकतात, कर्मचारी कमी करू शकतात किंवा मानकांशी तडजोड करू शकतात, परिणामी सेवेची गुणवत्ता घसरते.

३) सेवा व्यत्यय :

सार्वजनिक ते खाजगी मालकीच्या संक्रमणादरम्यान, सेवा व्यत्यय येऊ शकतात. नागरिकांच्या दैनंदिन जीवनावर परिणाम करणाऱ्या गंभीर सेवांमधील व्यत्यय टाळण्यासाठी सार्वजनिक प्रशासकांनी अखंड संक्रमण सुनिश्चित करणे आवश्यक आहे.

४) प्रवेश असमानता :

खाजगी कंपन्या अधिक फायदेशीर असलेल्या क्षेत्रांना प्राधान्य देऊ शकतात, ज्यामुळे सर्व क्षेत्रांमध्ये सेवांमध्ये असमान प्रवेश निर्माण होऊ शकतो. असुरक्षित आणि उपेक्षित समुदायांना अत्यावश्यक सेवांमध्ये कमी प्रवेशाचा सामना करावा लागू शकतो, ज्यामुळे सामाजिक असमानता वाढू शकते.

५) जास्त खर्च :

खाजगीकरण कार्यक्षमतेत सुधारणा करण्याचे उद्दिष्ट ठेवत असताना, त्याचा परिणाम काहीवेळा ग्राहकांसाठी जास्त खर्चात होऊ शकतो. खाजगी कंपन्या जास्त किंमती आकारू शकतात, विशेषत: ज्या क्षेत्रात स्पर्धा मर्यादित किंवा अनुपस्थित आहे.

६) रोजगार गमावणे आणि कामगार परिस्थिती :

खाजगीकरणामुळे अनेक लोकांना नोकऱ्या किंवा रोजगार गमवावा लागतो आणि कामगारांची परिस्थिती बिघडू शकते कारण खाजगी कंपन्या खर्च कमी करण्याचा प्रयत्न करतात. सार्वजनिक प्रशासकांनी नोकरीच्या विस्थापनाच्या सामाजिक आणि आर्थिक प्रभावांना संबोधित केले पाहिजे आणि कामगारांच्या हक्कांचे संरक्षण होईल याची खात्री केली पाहिजे.

७) जबाबदारीचे पतन :

खाजगी संस्थांची जबाबदारी सार्वजनिक संस्थांपेक्षा वेगळी असते. खाजगी कंपन्या प्रामुख्याने त्यांच्या भागधारकांना जबाबदार असतात, ज्यामुळे नफा हेतू आणि सार्वजनिक कल्याण यांच्यात संघर्ष निर्माण होतो.

८) मक्तेदारी आणि अल्पाधिकार :

मर्यादित स्पर्धा असलेल्या क्षेत्रांमध्ये खाजगीकरणामुळे मक्तेदारी किंवा अल्पाधिकाराचा उदय होऊ शकतो, परिणामी ग्राहकांची निवड कमी होते, उच्च किंमती आणि बाजार शक्तीचा गैरवापर होतो.

९) वाढता भ्रष्टाचार आणि पारदर्शकतेचा अभाव :

खाजगी संस्थांच्या सहभागामुळे निर्णय प्रक्रियेत पारदर्शकतेचा अभाव निर्माण होऊ शकतो. खाजगीकरणामुळे भ्रष्टाचाराच्या संधी देखील निर्माण होऊ शकतात, विशेषतः बोली आणि कराराच्या टप्प्यात अशी परिस्थिती आढळून येते.

१०) अल्पकालीन उद्दिष्ट :

खाजगी कंपन्या बऱ्याचदा दीर्घकालीन गुंतवणुकीपेक्षा अल्पकालीन नफ्याला प्राधान्य देतात. यामुळे आवश्यक देखभाल, संशोधन आणि विकासाकडे दुर्लक्ष होते, ज्यामुळे सेवांच्या टिकाऊपणावर नकारात्मक परिणाम होतो.

११) नागरिकांच्या प्रभावात घट :

सार्वजनिक सेवांचे खाजगीकरण होत असल्याने, निर्णय आणि धोरणांवर प्रभाव टाकण्याची नागरिकांची क्षमता कमी होते. सार्वजनिक प्रशासकांनी हे सुनिश्चित केले पाहिजे की नागरिकांचा आवाज ऐकला जाईल आणि त्यांच्या हितांचे संरक्षण केले जाईल.

१२) वित्तीय अडचणी :

सार्वजनिक मालमत्तेद्वारे व्युत्पन्न होणारा महसूल सोडल्यामुळे सरकारांना वित्तीय अडचणींचा सामना करावा लागतो. यामुळे शिक्षण, आरोग्यसेवा आणि पायाभूत सुविधा यासारख्या महत्त्वाच्या क्षेत्रातील सार्वजनिक गुंतवणुकीवर परिणाम होतो.

१३) सामूहिक मालकीचे नुकसान :

खाजगीकरणामुळे सार्वजनिक मालमत्तेवर नागरिकांच्या सामूहिक मालकीची भावना नष्ट होते. सार्वजनिक प्रशासकांनी खाजगी क्षेत्राकडे मालकी हस्तांतरित करण्याच्या सामाजिक आणि सांस्कृतिक परिणामांचा विचार केला पाहिजे.

❁❁❁

सरावासाठी प्रश्न

प्र. १. दीर्घोत्तरी प्रश्न.

१) नवलोकव्यवस्थापन म्हणजे काय ? नवलोकव्यवस्थापनाची वैशिष्ट्ये सांगा.

२) नवलोकव्यवस्थापणाचे विविध पैलू स्पष्ट करा.

३) नवलोकव्यवस्थापणाचे महत्व विशद करा.

४) सार्वजनिक निवड म्हणजे काय? सार्वजनिक निवड सिद्धांताची मुख्य तत्त्वे सांगा.

५) सार्वजनिक निवड सिद्धांताचे उपजोजन किंवा महत्व स्पष्ट करा.

६) सार्वजनिक निवड सिद्धांतावरील टीका सांगा.

७) जागतिकीकरण म्हणजे काय? जागतिकीकरणाचा लोकप्रशासनावरील परिणाम स्पष्ट करा.

८) उदारीकरण म्हणजे काय? उदारीकरणाचा लोकप्रशासनावरील परिणाम विशद करा.

९) खासगीकरण ही संकल्पना स्पष्ट करून खासगीकरणाचे लोकप्रशासनावर होणारे परिणाम विशद करा.

प्र. २. टीपा लिहा.

१) नवलोकव्यवस्थापन.

२) सार्वजनिक निवड सिद्धांत.

३) जागतिकीकरण.

४) उदारीकरण.

५) खासगीकरण.

प्रकरण ४

शासन

- ४.१ सुशासन
- ४.२ प्रशासकीय भ्रष्टाचारीच समस्या
- ४.३ लोकपाल किंवा ऑम्बुडसमन
- ४.४ भारतातील लोकपाल
- ४.४ लोकायुक्त

प्रस्तावना :

जागतिकीकरणानंतरच्या काळात लोकप्रशासनाच्या स्वरूपात महत्वपुर्ण बदल घडून येण्यास सुरूवात झाली. उदारीकरणामुळे खासगी क्षेत्राचे महत्व वाढत गेले. यातून प्रशासन व्यवस्थेसमोर अनेक आव्हाने निर्माण झाली. प्रशासकीय भ्रष्टाचार हे त्यापैकी सर्वात महत्वाचे आव्हान होय. प्रशासन कार्यात वाढ घडून येण्याबरोबरच भ्रष्टाचाराचे प्रमाण देखील वाढले. अनेक शासकीय योजना भ्रष्टाचारामुळे पुर्णत्वास येत नाही. अशा परिस्थितीत प्रशासनातील दर्जा टिकून रहावा व ते अधिक कार्यक्षम बनावे यासाठी लोकपाल आणि लोकायुक्त अशा यंत्रणांची आवश्यकता प्रकर्षाने जाणवु लागली. जगातील बऱ्याच देशांनी दुसऱ्या महायुद्धानंतरच्या काळात लोकपाल यंत्रणेची स्विकृती केली दिसते. भारतात मात्र लोकपाल यंत्रणा निर्माण होण्यासाठी बराच कालावधी गेला. अनेक वेळेस संसदेत लोकपाल विधेयक मांडण्यात आले. मात्र ते संमत होवू शकले नाही. अखेरीस २०१३ रोजी भारतात लोकपाल विधेयक संमत होवू लोकपाल यंत्रणा अंमलात आली. भारतातील अनेक घटक राज्यांत लोकपालाच्या धर्तीवर लोकायुक्त यंत्रणा निर्माण करण्यात आली आहे. त्यामुळे या सर्व घटकांची माहिति जाणुन घेणे योग्य ठरेल.

४.१ सुशासन :

जागतिकीकरणानंतरच्या काळात लोकप्रशासनाच्या स्वरूपात महत्त्वपूर्ण बदल घडून येण्यास सुरूवात झाली. उदारीकरणामुळे खासगी क्षेत्राचे महत्त्व वाढत गेले. यातून प्रशासन व्यवस्थेसमोर अनेक आव्हाने निर्माण झाली. प्रशासनाचा दर्जा टिकून रहावा व ते अधिक कार्यक्षम बनावे, यासाठी 'सुशासन' ही संकल्पना प्रचलित झाली. प्रशासनाच्या पारंपरिक स्वरूपात अनेक महत्त्वपूर्ण बदल घडवून आणण्यासाठी सुशासनाच्या संकल्पनेचा स्वीकार विविध देशांनी केलेला दिसतो. सुशासनाची संकल्पना आधुनिक स्वरूपाची आहे. पुढील मुद्यांच्या आधारे त्याचा आढावा घेता येईल :

४.१.१ सुशासनाचा अर्थ :

चांगला व पारदर्शक शासनव्यवहार हा सुशासनाचा सर्वसाधारण अर्थ सांगता येईल. जागतिक बँकेच्या १९९२ च्या अहवालात 'सुशासन' या संकल्पेबाबतची चर्चा आढळून येते. शासनव्यवहारास अधिक लोककल्याणकारी व पारदर्शक बनविण्यासाठीच्या सूचना या अहवालात करण्यात आल्या. आर्थिक सहयोग विकास संघटनेने विकासात सर्वोच्च सहभागित्व, मानवाधिकाराचे रक्षण, लोकशाही या माध्यमातून सुशासनाचे आदर्श प्रारूप जगासमोर ठेवले. थोडक्यात न्यायावर आधारित शासन म्हणजे 'सुशासन' असे म्हणता येईल.

४.१.२ व्याख्या :

सुशासनाच्या व्याख्या पुढीलप्रमाणे आहेत :

१) जागतिक बँक :

''सशक्त आणि न्याय्य विकासाला चालना देणारे वातावरण निर्माण करण्यासाठी आणि टिकवून ठेवण्यासाठी सुशासन केंद्रस्थानी आहे आणि ते सुदृढ आर्थिक धोरणांसाठी आवश्यक पूरक आहे.''

२) संयुक्त राष्ट्र विकास कार्यक्रम (UNDP) :

''सुशासन हे इतर गोष्टींबरोबरच सहभागात्मक, पारदर्शक आणि उत्तरदायी असते. ते प्रभावी आणि न्याय्य देखील आहे. ते कायद्याच्या राज्याला प्रोत्साहन देते. सुशासन हे सुनिश्चित करते की राजकीय, सामाजिक आणि आर्थिक प्राधान्यक्रम समाजातील व्यापक सहमतीवर आधारित आहेत आणि विकास संसाधनांच्या वाटपाबाबत निर्णय घेताना सर्वात गरीब आणि सर्वात असुरक्षित लोकांचा आवाज ऐकला जातो.''

३) आंतरराष्ट्रीय नाणेनिधी (IMF) :

सुशासन ही एक व्यापक संकल्पना आहे ज्यामध्ये देशाचे शासन कसे चालते याविषयीच्या सर्व पैलूंचा समावेश होतो. ज्यामध्ये आर्थिक धोरणे, नियामक संरचना आणि कायद्याचे पालन यांचा समावेश होतो.''

४.१.३ सुशासनाचे निकष :

जागतिक बँकेच्या अहवालात 'सुशासन' या संकल्पनेबाबतचे तीन निकष मांडण्यात आले आहेत. ते पुढीलप्रमाणे :

१) शासनाचे स्वरूप :

सुशासनाची निश्चिती करताना शासनाचे स्वरूप हा प्रधान निकष मानला जातो. शासनाचे स्वरूप हे कल्याणकारी असावे, तसेच अधिकाधिक लोकांना प्रशासनात सहभागी करून घेणारे असावे. त्यामुळे जगातील सर्व देशांनी प्रथम आपल्या शासकीय रचनेत सुधारणा घडवून आणणे आवश्यक असते. लोकशाही शासनाद्वारे सुशासनाची संकल्पना प्रत्यक्षात येऊ शकते.

२) सामाजिक व आर्थिक विकासासाठी सत्तेचा वापर :

शासकीय सत्तेचा वापर हा सामाजिक व आर्थिक विकासासाठी व्हावा हा निकष सुशासनासंदर्भात मांडला जातो. त्यासाठी केवळ औपचारिक पातळीवर शासनाचे व्यवहार न चालता, सामाजिक कल्याणासाठी प्रशासन तत्पर असले पाहिजे. सत्तेचा वापर हा जनतेच्या समस्यांची सोडवणूक करण्यासाठी म्हणजेच त्यांच्या सामाजिक व आर्थिक विकासासाठी व्हावा असे अपेक्षित असते.

३) शासनाची क्षमता :

शासनाच्या क्षमतेत वाढ घडवून आणणे ही गोष्ट देखील सुशासनाच्या दृष्टीने महत्त्वाची मानली जाते. शासकीय क्षमतेत वाढ म्हणजे लोकोपयोगी सुविधा पुरविण्यात असणारी तत्परता होय. शासन जनतेच्या मागण्यांना कशा प्रकारे प्रतिसाद देते व किती प्रमाणात त्या मागण्यांची पूर्तता करते, यावर शासनाची क्षमता अवलंबून असते.

४.१.४ सुशासनाची वैशिष्ट्ये :

सुशासनाद्वारे एका आदर्श प्रशासनव्यवस्थेचे चित्र मांडले जाते. सुशासनाची वैशिष्ट्ये पुढीलप्रमाणे स्पष्ट करता येतील :

१) कार्यक्षम प्रशासन :

कार्यक्षम प्रशासन हे सुशासनाचे एक महत्त्वपूर्ण वैशिष्ट्य आहे. त्यामुळे प्रशासनातील दिरंगाई, भ्रष्टाचार, सत्तेचा दुरूपयोग यासारखे दोष दूर करावे लागतात. वेळच्या वेळेवर सर्व प्रशासकीय कार्यांची पूर्तता व्हावी लागते. त्यासाठी प्रशासनातील अधिकारी व कर्मचारी वर्ग कुशल व गुणवत्तापूर्ण असावा लागतो. शासकीय संरचनांची कार्यपद्धती तत्पर व पारदर्शक असावी लागते. यातूनच सुशासनाची संकल्पना अस्तित्वात येते.

२) कल्याणकारी प्रशासन :

सुशासनाचे वैशिष्ट्य म्हणजे यात कल्याणकारी प्रशासनाचा पुरस्कार केला जातो. प्रशासन हे जनतेच्या कल्याणासाठी सदैव तत्पर असले पाहिजे. केवळ औपचारिक प्रक्रियेचा स्वीकार करून जनकल्याणाकडे दुर्लक्ष करणारे प्रशासन यात अभिप्रेत नाही, तर जनतेच्या सेवेसाठी तडजोड करणारे प्रशासन अपेक्षित असते.

३) वैधतेवर आधारित प्रशासन :

सुशासनासाठी प्रशासनाची वैधता महत्त्वाची मानली जाते. शासकीय संस्थांना वैधता प्राप्त होणे आवश्यक मानले जाते. कारण कुठलेही प्रशासन वैधानिक किंवा कायदेशीर आधार असल्याशिवाय प्रभावी ठरू शकत नाही. त्यामुळे शासकीय संस्थांना वैधता प्राप्त करून देणे आवश्यक असते.

४) जनभिमुख प्रशासन :

प्रशासन हे जनभिमुख असले पाहिजे तरच ते सुशासनाच्या संकल्पनेस पात्र ठरेल. जनतेला उत्तरदायी राहण्याचा व जनतेशी सौदार्यपूर्ण संबंध प्रस्थापित करण्याचा प्रशासनाद्वारे प्रयत्न व्हावा लागतो. आपल्या कार्याची योग्य प्रकारे माहिती पुरवून व जनतेस प्रशासकीय सहभागाच्या संधी उपलब्ध करून देऊन प्रशासन जनभिमुख बनू शकते.

५) सहभागी प्रशासन :

सहभागी प्रशासन हे सुशासनाचे वैशिष्ट्ये आहे. प्रशासनात जनतेस सहभागी करून घेणाऱ्या यंत्रणा कार्यरत असाव्या लागतात. संसूचन माध्यमांचा वापर करून जनसहभाग शक्य होऊ शकतो. याशिवाय माहितीचा अधिकार, सिटीझन चार्टस् याद्वारे जनतेला प्रशासनात सहभागी करून घेतले जाऊ शकते व जनतेचा पाठिंबा मिळविता येऊ शकतो.

६) काटकसरीवर आधारित प्रशासन :

सुशासनासाठी प्रशासकीय काटकसर आवश्यक मानली जाते. प्रशासनातील काटकसरीसाठी सर्व खर्चाचा व्यवस्थित तपशील असावा लागतो. तसेच निरूपयोगी गोष्टींवर होणारा खर्च कमी करून काटकसर केली जाऊ शकते. प्रशासकीय नियोजनाची प्रभावीपणे अंमलबजावणी करून देखील काटकसर केली जाऊ शकते.

७) परिणामाभिमुख प्रशासन :

सुशासनासाठी केवळ प्रशासकीय उद्दिष्टांची आखणी करणे पुरेसे नसते, तर त्या उद्दिष्टांची पूर्तता करून योग्य परिणाम देणे गरजेचे असते. जे प्रशासन आपल्या परिणामांद्वारे आपली योग्यता दाखवून देते, ते सुशासन संकल्पनेसाठी पात्र ठरते. त्यामुळे परिणामाभिमुख प्रशासन हे सुशासनाचे वैशिष्ट्य सांगता येईल.

८) गुणवत्तापूर्ण प्रशासन :

प्रशासकीय गुणवत्ता हा घटक देखील सुशासनाच्या दृष्टीने महत्त्वाचा मानला जातो. प्रशासनाची गुणवत्ता वेगवेगळ्या घटकांवर अवलंबून असते. यातील महत्त्वाचा घटक म्हणजे भरतीची प्रक्रिया होय. भरतीची प्रक्रिया अशी असावी की, जेणेकरून गुणवत्तापूर्ण व्यक्तीच प्रशासनात सहभागी होऊ शकतील. शिवाय प्रशासकीय गुणवत्ता वाढविणाऱ्या उपायांचा देखील अवलंब करणे आवश्यक असते.

४.१.५ सुशासनाचे महत्त्व :

सुशासनाचे महत्त्व पुढील मुद्यांच्या आधारे जाणून घेता येईल :

१) आर्थिक विकास :

एखाद्या राज्यात सुशासन असल्याशिवाय त्या राज्याचा आर्थिक विकास स्थिर होत नाही. आर्थिक विकासाचे सर्व घटक जसे की उत्पादन, वितरण, गुंतवणूक आणि अगदी उपभोग यांना विविध अडथळ्यांचा सामना करावा लागतो. सुशासन प्रस्थापित झाल्यास असे अडथळे दूर होतील आणि राज्य संसाधनांचे न्याय्य वितरण शक्य होईल.

२) सामाजिक विकास :

सामाजिक विकासासाठी सुशासन आवश्यक आहे. त्याची भूमिका केवळ आर्थिक विकासाने संपत नाही. विकासाच्या परिणामामुळे समाजातील प्रत्येक वर्गाला न्याय्यतेचा आधार मिळतो. समाजात विविध धर्म, जाती, वर्गाचे लोक राहतात. या सर्व लोकांमध्ये संपत्तीचे न्याय्य वाटप झाले नाही तर सामाजिक असंतोष वाढेल. मात्र, संपत्तीचे योग्य वितरण पुरेसे नाही. अल्पसंख्याक लोकांना न घाबरता वावरता येईल अशी व्यवस्था करावी लागेल. त्याचप्रमाणे समाजातील स्त्री-पुरुषांमधील दरी कमी करण्यासाठी विविध सुधारणांचे कायदे करावे लागतील.

३) राजकीय विकास :

सुशासनाचा राजकीय विकासाशी संबंध खूप महत्त्वाचा आहे. एखाद्या देशाचे राजकीय नेते सुशासन प्रस्थापित करण्यासाठी सक्रिय नसतील तर त्या देशात सुशासनाची स्थापना शक्य नसते. त्याचे यश मुख्यत्वे राजकीय नेतृत्वाच्या प्रामाणिकपणावर आणि राजकीय आस्थापनांच्या नियमांचे पालन करण्यावर अवलंबून असते. राजकीय संस्था आणि राजकीय पक्ष यांच्यातील विधायक सहकार्य आणि लोककल्याणासाठी कार्यक्रम तयार करणे हे आपापसात चांगली स्पर्धा आणि सुशासन प्रस्थापित करण्यात महत्त्वाची भूमिका बजावतात. उदाहरणार्थ, लोकशाहीत सरकार आणि विरोधी पक्ष यांच्यातील परस्पर सहकार्यामुळे सुशासन देशात प्रस्थापित होण्यास मदत होते.

४) सार्वजनिक विश्वासात वाढ :

सुशासनामुळे संस्था आणि संघटनांवर जनतेचा विश्वास आणि आत्मविश्वास निर्माण होतो. जेव्हा प्रशासन प्रक्रिया पारदर्शक, उत्तरदायी आणि सर्वसमावेशक असतात, तेव्हा ते नागरिक, कर्मचारी, भागधारक आणि सामान्य लोकांमध्ये विश्वास वाढवतात. हा विश्वास सामाजिक सलोखा राखण्यासाठी, सहकार्याला चालना देण्यासाठी आणि समाजाचे कामकाज सुरळीत पार पाडण्यासाठी आवश्यक आहे.

५) आर्थिक विकासाला चालना :

सुशासनाचा आर्थिक विकास आणि समृद्धीशी जवळचा संबंध आहे. पारदर्शक आणि जबाबदार शासन पद्धती गुंतवणूक आकर्षित करतात, उद्योजकतेला प्रोत्साहन देतात आणि व्यवसाय वाढीसाठी सक्षम वातावरण निर्माण करतात. प्रभावी प्रशासन हे भ्रष्टाचार कमी करण्यास, नियामक संरचना वाढविण्यास आणि निष्पक्ष स्पर्धेला चालना देण्यास मदत करते, ज्यामुळे शाश्वत आर्थिक विकास निर्माण होतो.

६) कायद्याचे राज्य सुनिश्चित करणे :

सुशासन कायद्याचे राज्य राखून ठेवते आणि संस्था व व्यक्ती हे न्याय्य कायदे आणि नियमांच्या संचाद्वारे शासित आहेत याची खात्री करते. हे स्वतंत्र, निःपक्षपाती आणि सर्व नागरिकांसाठी प्रवेशयोग्य असलेल्या कायदेशीर आणि न्यायिक प्रणालींना प्रोत्साहन देते. कायद्याचे शासन स्थिरता, अंदाज आणि वैयक्तिक हक्कांचे संरक्षण यासाठी पाया प्रदान करते. सामाजिक आणि आर्थिक प्रगतीसाठी एक प्रवाहकीय वातावरण निर्माण करते.

७) सेवा वितरण सुधारणे :

कार्यक्षम आणि प्रभावी सेवा वितरणासाठी सुशासन आवश्यक आहे. सुशासन हे सुनिश्चित करते की सार्वजनिक संसाधनांचे वाटप आणि वापर पारदर्शक, न्याय्य व उत्तरदायी पद्धतीने केला जातो. योग्य प्रशासन यंत्रणेद्वारे, सार्वजनिक संस्था नागरिकांना वेळेवर आणि प्रतिसादात्मक रीतीने शिक्षण, आरोग्यसेवा, पायाभूत सुविधा आणि सामाजिक कल्याण कार्यक्रम यासारख्या अत्यावश्यक सेवा वितरीत करण्यास सक्षम आहेत.

८) नागरिकांचे सक्षमीकरण आणि सहभाग सुनिश्चित करणे :

सुशासन नागरिकांच्या सहभागाला आणि सशक्तीकरणाला प्रोत्साहन देते. हे सुनिश्चित करते की निर्णय घेण्याची प्रक्रिया सर्वसमावेशक आहे, ज्यामुळे नागरिकांना त्यांच्या जीवनावर परिणाम करणारी धोरणे आणि कार्यक्रम तयार करण्यात संधी मिळू शकते. निर्णयप्रक्रियेत नागरिकांना सामील करून, शासन मालकीची भावना वाढवते, सामाजिक एकात्मतेला प्रोत्साहन देते आणि विविध दृष्टीकोनांचे एकत्रीकरण सक्षम करते.

९) जबाबदारी आणि पारदर्शकता वाढवणे :

सुशासन सार्वजनिक अधिकारी आणि संस्थांच्या कृती व निर्णयांमध्ये जबाबदारी आणि पारदर्शकता वाढवते. सार्वजनिक संसाधने कार्यक्षमतेने आणि इच्छित हेतूंसाठी वापरली जातात याची खात्री करण्यासाठी हे देखरेख आणि मूल्यमापनासाठी यंत्रणा स्थापित करते. प्रशासन प्रक्रियेतील पारदर्शकता नागरिकांना सार्वजनिक अधिकाऱ्यांना त्यांच्या कृतींसाठी जबाबदार धरण्यास सक्षम करते, ज्यामुळे भ्रष्टाचार कमी होतो आणि सार्वजनिक विश्वास वाढतो.

१०) संघर्ष व्यवस्थापित करणे आणि शांतता वाढवणे :

संघर्षांचे व्यवस्थापन करण्यात आणि समाजामध्ये शांतता प्रस्थापित करण्यासाठी सुशासन महत्त्वपूर्ण भूमिका बजावते. विवादांचे निराकरण करण्यासाठी, संसाधनांचे न्याय्य वितरण सुनिश्चित करण्यासाठी आणि सर्वसम विशकतेला चालना देण्यासाठी न्याय्य आणि निष्पक्ष प्रणाली प्रदान करून, प्रशासन सामाजिक स्थिरता आणि शांततापूर्ण सहअस्तित्वासाठी ते योगदान देते. हे तक्रारींचे निराकरण करण्यात, असमानता कमी करण्यात आणि संवाद व सलोख्यासाठी यंत्रणा तयार करण्यात मदत करते.

११) मानवी हक्कांचे संरक्षण :

सुशासन मानवी हक्कांचे रक्षण करते आणि त्यास प्रोत्साहन देते. हे सुनिश्चित करते की व्यक्तींना सन्मान, समानता आणि आदराने वागवले जाते व त्यांच्या मूलभूत अधिकारांचे संरक्षण केले जाते. प्रभावी शासन प्रणाली भेदभाव न करणे, अभिव्यक्ती स्वातंत्र्य, न्याय मिळवणे आणि मानवी प्रतिष्ठेचा आदर करणे यासारख्या तत्त्वांचे समर्थन करते, मानवी हक्कांचा आदर आणि समर्थन केले जाईल असे वातावरण तयार करते.

४.२ प्रशाकीय भ्रष्टाचाराची समस्या :

भ्रष्टाचार हा भारतीय समाजात खोलवर रुजत चाललेला आहे. भ्रष्टाचाराच्या या समस्येने संबंधित भारतीय समाजास पोखरून काढले असल्याचे आढळून येते. भ्रष्टाचाराचा हा वटवृक्ष समस्येचे सावट पसविणारा आहे. हा वटवृक्ष उलटा आहे. कारण भ्रष्टाचाराच्या या वटवृक्षाच्या फांद्या खाली आणि त्याची मुळे वर आहेत. आज भारतीय समाजात सर्वत्र भ्रष्टाचाराचे लोण पसरले आहे. आधुनिक काळात भ्रष्टाचार हे सार्वजनिक जीवन आणि सार्वजनिक प्रशासनातील महत्त्वपूर्ण वैशिष्ट्य बनले आहे. भ्रष्टाचाराच्या घटना, व्याप्ती आणि परिणाम स्थलकाल सापेक्ष असल्याचे निदर्शनास येते. सामाजिक संरचनेचा एक भाग बनलेली ही भ्रष्टाचाराची समस्या सार्वत्रिक स्वरूपाची असून दिवसेंदिवस गंभीर बाब बनत चाललेली आहे.

४.२.१ अर्थ :

भ्रष्ट असा आचार म्हणजे भ्रष्टाचार होय. यात आपल्या स्थानाच्या अधिकाराचा गैरवापर करणे व संबंधित व्यक्तीची अडवणूक करणे, पैसा व इतर सेवा मिळविणे, एकूण शोषण करणे इत्यादी बाबींचा समावेश होतो. थोडक्यात म्हणजे स्वत:साठी, कुटुंबासाठी किंवा स्नेह्यांसाठी सार्वजनिक क्षेत्रातील सेवकाने द्रव्यलाभासाठी अथवा भौतिक लाभासाठी प्रत्यक्ष किंवा अप्रत्यक्षपणे एखादे कृत्य करणे किंवा कृत्य करण्यात टाळाटाळ करणे म्हणजे भ्रष्टाचार होय. उदा. एखादा डॉक्टर कार्यक्षम आहे. पण गरज नसताना एखाद्या व्यक्तीला ऑपरेशन करण्यास भाग पाडत असेल व अधिक पैसा गोळा करीत असेल तर अशा डॉक्टरांकडून करण्यात येणारे वर्तन म्हणजेच भ्रष्टाचार होय.

४.२.२ व्याख्या :

भ्रष्टाचाराच्या व्याख्या पुढीलप्रमाणे सांगता येतील :

१) **संथानम आयोग (१९६४) :**

''एखादे शासकीय पद वा सार्वजनिक जीवनातील प्रभावी पदाचा वा सत्तेचा दुरुपयोग,स्वार्थी हेतूने केला जाणारा वापर म्हणजे भ्रष्टाचार होय.''

२) **'न्ये'अर्थतज्ज्ञ यांच्या मतानुसार (१९६७) :**

''सार्वजनिक अधिकार पदावर असलेल्या व्यक्तीचे स्वत:ला संपत्ती, प्रतिष्ठा किंवा सत्ता मिळावी यासाठी सार्वजनिक नियमांना डावलून केले जाणारे वर्तन म्हणजे भ्रष्टाचार होय.''

३) **एलियट आणि मेरिल :**

''भ्रष्टाचार म्हणजे पदावरील सत्ताधारी व्यक्तीकडून प्रत्यक्ष वा अप्रत्यक्षरीत्या व्यक्तिगत फायद्यासाठी विशिष्ट कर्तव्य करण्यात केली जाणारी कसूर होय.''

४) **भारतीय राज्यघटनेच्या कलम १६१ नुसार :**

''जो शासकीय (सनदी) सेवक आहे, त्याने आपल्या कायदेशीर वेतनाशिवाय दुसऱ्या व्यक्तीकडून आपल्या कामाबद्दल मान-सन्मानाची अपेक्षा बाळगणे, इनाम (बक्षिसी) स्वीकारणे व त्याचा मोबदला म्हणून संबंधित व्यक्तीसाठी अपकारक किंवा हानिकारक वर्तन करणे म्हणजे भ्रष्टाचार होय.''

५) **डी. एच. बेला :**

''खासगी लाभ करून धनसंपत्ती साठविणे म्हणजे भ्रष्टाचार होय.''

४.२.३ भ्रष्टाचाराचे स्वरूप :

भ्रष्टाचाराचे स्वरूप पुढीलप्रमाणे स्पष्ट करता येईल :

१) सार्वजनिक :

भ्रष्टाचाराचे स्वरूप हे सार्वजनिक आहे. कारण सार्वजनिक ठिकाणी फार मोठ्या प्रमाणावर भ्रष्टाचार होत असतो. उदा. जमीन खरेदी करणे, निविदा स्वीकारणे, बिल पास करणे, चेक काढणे, वटविणे, खर्चाच्या राशीला मंजुरी प्रदान करणे इत्यादी कार्यांकरिता सार्वजनिक क्षेत्रात अधिकारी दलालीच्या स्वरूपात भ्रष्टाचार करीत असल्याचे निदर्शनास येते. सार्वजनिक क्षेत्रात खालच्या वर्गापासून वरच्या वर्गापर्यंत सर्वच लोक भ्रष्टाचारी असल्याचे दिसून येते. कारण या क्षेत्रात आपली कामे करवून घेण्याकरिता निश्चित राशी संबंधित अधिकाऱ्यास दिल्याशिवाय तो अधिकारी मान्यता देत नाही. अशा प्रकारे मोठ्या प्रमाणावर भ्रष्टाचार चालत असलेल्या भारतीय समाजात भ्रष्टाचाराचे स्वरूप सार्वजनिक असल्याचे स्पष्ट होते.

२) सार्वत्रिक :

भारतातील कोणत्याही क्षेत्रात डोकावले तरी तेथे भ्रष्टाचार हा आहेच. भ्रष्टाचाराच्या या समस्येने छोट्या-मोठ्या क्षेत्रांबरोबरच केंद्र शासनाला मोठ्या प्रमाणात विळखा घातला आहे. केंद्र सरकारच्या रक्षा, पेट्रोलियम, ऊर्जा व संचार मंत्रालयामध्ये नेहमीच मोठ्या प्रमाणावर भ्रष्टाचार होत असतो. उच्च पदस्य अधिकारी मोठ्या प्रमाणावर धन कमविण्यासाठी भ्रष्टाचाराच्या मार्गाचा अवलंब करतात. त्यांचे अनुकरण त्यांच्यापेक्षा कनिष्ठ वर्गातील लोक करतात. एखाद्या व्यक्तीस अधिकाऱ्यापर्यंत पोहोचण्यासाठी देखील भ्रष्टाचाराच्या मार्गावरून प्रवास करावा लागतो. अन्यथा त्याचे काम अधर्वट सोडले जाते.

३) आधुनिक :

भ्रष्टाचार हा भारतीय समाजात प्राचीन काळापासून प्रचलित होता. मात्र आजघडीस भ्रष्टाचाराचे स्वरूप आधुनिक झाले असल्याचे निदर्शनास येते. भ्रष्टाचाराच्या या संसर्गजन्य रोगात आधुनिकीकरणाची प्रक्रिया समाविष्ट झाल्याने सामान्य जनतेचे जीवन विस्कळीत झाले आहे. कारण पूर्वी खोटे काम करवून घेण्याकरिता भ्रष्टाचाराचा मार्ग अवलंबिला जात असे. मात्र आज खरे काम योग्य वेळेत, योग्य प्रकारे करवून घेण्याकरिता देखील भ्रष्टाचाराचा मार्ग नाईलाजास्तव स्वीकारावा लागतो. त्यामुळे भ्रष्टाचाराचे हे आधुनिक स्वरूप दिवसेंदिवस अतिशय भयावह होत चाललेले आहे.

४) दहशतवादी :

भ्रष्टाचार या संसर्गजन्य रोगाने भारतीय समाजास रोगग्रस्त केले आहे. आजघडीस भ्रष्टाचाराने दहशतवादी स्वरूप धारण केले असल्याचे निदर्शनास येते. कारण शिक्षण क्षेत्रासारख्या पवित्र क्षेत्रापासून ते सार्वजनिक क्षेत्रांमध्ये सर्वत्र भ्रष्टाचाराने थैमान घातले आहे. समाजात कोणतीही शासनव्यवस्था व आर्थिक प्रणाली असो तेथे भ्रष्टाचार हा आहेच. सामान्य जनतेस हैराण करून सोडलेल्या या भ्रष्टाचाराची व्याप्ती पाहता त्याच्या दहशतवादी स्वरूपाची पुरेपूर कल्पना येते. अगदी शाळेत प्रवेश घेण्यापासून ते आजीवन व्यक्तीस भ्रष्टाचाराशी सामना करावा लागतो आहे.

५) सर्वग्रासी :

भ्रष्टाचाराच्या समस्येचे स्वरूप हे एखाद्या पसरत चाललेल्या कॅन्सरसारखे आहे. या भ्रष्टाचाराने सर्वांना ग्रासले आहे. कारण भ्रष्टाचारी व्यक्तीला अधिक पैसे, सेवा मिळतात त्याचे आकर्षण इतरांना भ्रष्टाचारी बनण्यास प्रवृत्त

करते. भ्रष्टाचाराने ग्रासलेल्या या समाजात जो भ्रष्टाचारी नाही त्याची कर्तबगारी व इमान यांना कोणतेही मोल दिले जात नाही. याउलट व्यवस्था किंवा यंत्रणा त्यास पदच्युत करण्यास तत्पर असते. अशा या भ्रष्टाचाराचे सर्वग्रासी स्वरूप भारतीय समाजात संपुष्टात आणण्यासाठी कार्यरत असल्याचे निदर्शनास येते.

६) शिष्टाचार :

भ्रष्टाचाराची भर्त्सना करणाऱ्या भारतीय समाजात भ्रष्टाचार हा एक शिष्टाचार म्हणून नावारूपास आला आहे. भ्रष्टाचाराच्या या परिवर्तीत स्वरूपाने समाजास रोगग्रस्त केले आहे. भ्रष्टाचाराच्या या परिवर्तीत स्वरूपामुळे समाजातील विविध समस्यांची विश्वासार्हता कमी होऊ लागली आहे. अनागोंदी कारभाराचे थैमान वाढत आहे. समाजात गोंधळ निर्माण करून विविध समस्यांचा उद्भव करण्यास कारणीभूत ठरलेले भ्रष्टाचाराचे हे परिवर्तीत स्वरूप समाजातील नीतिमत्तेस आव्हान ठरले आहे.

७) राजकीय – प्रशासकीय स्वरूप :

भ्रष्टाचाराचे सर्वाधिक गंभीर व भयावह स्वरूप म्हणजे राजकीय स्वरूप होय. राजकीय क्षेत्रात निवडणुकीच्या मार्गाने सर्वात अधिक प्रमाणावर भ्रष्टाचार होतो. राजकीय मंडळींच्या हातात अधिकाऱ्यांच्या तुलनेत अधिक अधिकार असतात. त्याचा पुरेपूर लाभ घेऊन ही मंडळे भ्रष्टाचाराचा मार्ग अवलंबितात. गल्लीपासून दिल्लीपर्यंत चालणाऱ्या या भ्रष्टाचाराचे राजकीय स्वरूप न वाखणण्याजोगे आहे. त्याचप्रमाणे राजकीय स्वरूपाबरोबरच प्रशासकीय स्वरूप देखील अतिशय भयावह आहे. संपूर्ण भारतीय समाजास वाळवी लावणाऱ्या या भ्रष्टाचाराचे राजकीय व प्रशासकीय स्वरूप कल्पनेपलीकडचे आहे. भ्रष्टाचाराच्या या स्वरूपाने समाजास विविध समस्यांच्या विळख्यात पूर्णपणे ओढले आहे.

४.२.४ भ्रष्टाचाराची कारणे :

भारतीय समाजात भ्रष्टाचाराची समस्या दिवसेंदिवस अधिक वाढत चालली असल्याचे निदर्शनास येते. समाजशास्त्रज्ञांनी भ्रष्टाचाराचे मूळ टंचाई, लोभ व सत्तेची महत्त्वाकांक्षा या तीन बाबीत आहे असे मत नोंदविले आहे. म्हणूनच दिवसेंदिवस वाढत चाललेल्या भ्रष्टाचाराच्या समस्येचे निवारण करण्यासाठी भ्रष्टाचाराची कारणमीमांसा करणे आवश्यक ठरते. कारण कमी कष्टात किंवा विना कष्टात पैसा, संपत्ती, बक्षिसे, सन्मान इत्यादी गोष्टींचा हव्यास वाढत गेल्यानेच भ्रष्टाचार वाढत चाललेला आहे. भारतीय समाजाच्या संदर्भात भ्रष्टाचार ही अतिशय चिंताजनक बाब बनलेली आहे. प्राचीन काळापासून भ्रष्टाचार हे सार्वजनिक जीवन आणि सार्वजनिक प्रशासनातील वैशिष्ट्यच बनले आहे. भ्रष्टाचाराच्या घटना व्याप्ती आणि परिणाम हे स्थलकाल सापेक्ष असलेले दिसतात. मर्टनने भ्रष्टाचाराचे कारण सामाजिक संरचनेत दडलेले असते हे स्पष्ट केले आहे. भ्रष्टाचाराची कारणे पुढीलप्रमाणे :

१) राजकीय प्रभाव :

राजकीय क्षेत्रात मोठ्या प्रमाणात भ्रष्टाचार दिसून येतो. आधुनिक समाज जीवनात राज्यसंस्था सर्वांत प्रबळ असल्याने राजकीय नेते समाज जीवनाचे नियंत्रण करतात. राजकीय क्षेत्रात सर्वच ठिकाणी पक्षीय राजकारण, दलबदल चालू असतो. त्यामुळे भ्रष्टाचाराला चालना मिळते. कारण राजकीय स्थिरतेचा अभाव असल्याने राजकारणी आपापसात भांडतात. राज्यव्यवस्थेकडे त्यांचे लक्षच नसते. केवळ सत्ता संघर्षच त्यांचे ध्येय असते. समाजावर त्यांचे नियंत्रण नसल्यामुळे समाज भ्रष्टाचारी बनतो. आधुनिक जगात देशातील लहानांपासून सर्वोच्च स्तरावरील भ्रष्टाचारामागे राजकीय आश्रय असल्याचे दिसून येते. राजकीय आश्रयामुळेच भ्रष्टाचार वाढतो.

२) व्यापार क्षेत्रातील स्पर्धात्मक युग :

भ्रष्टाचार वाढण्याचे सर्वात मुख्य कारण म्हणजे व्यापारिक क्षेत्रात असलेली स्पर्धा होय. व्यापारातील स्पर्धांमुळे उद्योजक भ्रष्टाचार करण्यास प्रवृत्त होतो. स्पर्धा करताना काही उद्योजक घातक मार्गांचा अवलंब करून पैसे

मिळविण्याचा प्रयत्न करतात. सरकारी अधिकाऱ्यांना लाच देऊन कर चुकविण्याचा प्रयत्न करतात. बनावट कागदपत्रे तयार करून मोठ्या रकमेची कर्जे सरकारकडून घेतली जातात. त्यामुळे लाखो रुपये मिळविण्याचा ते प्रयत्न करतात.

३) पैशाचे वाढते महत्त्व :

भ्रष्टाचाराचे एक कारण म्हणजे पैशाला दिले जाणारे अमाप महत्त्व होय. समाजात आपली प्रतिष्ठा वाढविण्यासाठी आणि मानसन्मान प्राप्त करण्यासाठी कोणत्याही भ्रष्ट मार्गाने संपत्ती गोळा करण्यात श्रीमंतांना कोणताही गैरप्रकार वाटत नाही. झटपट श्रीमंत बनण्यासाठी आणि स्पर्धात्मक युगात वापरण्यासाठी भ्रष्टाचाराचा मार्ग अवलंबिला जातो. अर्थप्राप्ती हे साधन मानले जाते आणि ते जीवनाचे अंतिम साध्य मानल्यामुळे भ्रष्टाचाराची प्रवृत्ती वाढली आहे.

४) कमी वेतन :

सरकारी पदावर काम करणाऱ्या व्यक्तींना जर कमी वेतन असेल तर आपला उदरनिर्वाह भागविणे त्यांना कठीण जाते. वेतन अगदीच कमी असल्याने भ्रष्टाचारी भावनेची निर्मिती होते. त्यामुळे गैरमार्गाने पैसा मिळविण्याचा ते प्रयत्न करतात. सरकारी पदावरील अगदी खालच्या व्यक्तीपासून वरिष्ठ अधिकाऱ्यांपर्यंत भ्रष्टाचाराची प्रवृत्ती दिसून येते. वरिष्ठ लाच स्वीकारतात ती शिपायांमार्फतच आपले राहणीमान वाढावे, भविष्याची बऱ्यापैकी तरतूद करून ठेवावी, श्रीमंतांसारखे आपणही बनावे या भावनेतून गरीब किंवा आर्थिकदृष्ट्या कमकुवत लोक भ्रष्टाचाराचा मार्ग अवलंबतात.

५) जाहिरातीचे युग :

आधुनिक काळात जाहिरात करणे ही सर्वसामान्य पद्धत बनली आहे. नवनवीन जाहिराती तसेच जाहिरातींचे नवीन तंत्र उदयास येत आहे. जाहिरातींद्वारे उद्योजक आपल्या निर्मित वस्तू लोकांपर्यंत सहजपणे पोहोचवितात. त्यामुळे उद्योगधंदा आणि उद्योजक यांच्यात मोठी स्पर्धा सुरू असलेली दिसते. आपल्या मालाच्या विक्रीसाठी आणि प्रचारासाठी ते अयोग्य अशा साधनांचा वापर करतात. वर्तमानपत्र, पोस्टर्स, रेडिओ, टी. व्ही., सिनेमाद्वारे अशा जाहिराती पसरविल्या जातात. अनेक बोगस कंपन्या जास्तीत जास्त व्याजदराचे आकर्षण दाखवून सर्वसामान्य लोकांना ठेवी ठेवण्यास प्रवृत्त करतात. उद्योजक अशा खोट्या जाहिराती देऊन लोकांची फसवणूक करतात. अशा तऱ्हेचा भ्रष्टाचार हा समाजाच्या दृष्टीने घातकच असतो. भ्रष्टाचाराचा हा एक नवीन मार्ग आहे.

६) वाढते आधुनिकीकरण आणि नागरीकरण :

आधुनिक युगातील औद्योगिक समाजात आधुनिकतेबरोबर भ्रष्टाचारही वाढत आहे. समाजातील मूलभूत सामाजिक- नैतिक मूल्ये कालबाह्य ठरत आहेत. प्रामाणिकपणा, श्रममूल्य, बुद्धिप्रामाण्य यांचे महत्त्व कमी होऊन व्यसनाधीनता व लाचारी वाढत आहे. आधुनिकीकरणाचा विपरीत परिणाम माणसाच्या मनावर होत असल्याने भ्रष्टाचार वाढीस लागतो. औद्योगिकीकरण वाढल्यामुळे साहजिकच नागरीकरण वाढले आहे. ग्रामीण भागातील लोक मोठ्या प्रमाणात शहरात स्थलांतरित होत असल्यामुळे त्यांच्या प्राथमिक गरजा भागल्या जात नाहीत. म्हणून ते भ्रष्टाचार करण्याचा प्रयत्न करतात. त्यामुळे आधुनिकीकरण आणि नागरीकरण हे भ्रष्टाचार वाढण्याचे एक कारण मानले जाते.

७) व्यक्तिवादी विचारसरणी :

समाजात वावरताना काही व्यक्ती फक्त स्वार्थाचाच विचार करतात आणि समाजकल्याण बाजूला ठेवून भ्रष्टाचारास प्रवृत्त होतात. सामाजिक विनिमयातील संबंध प्रधानता बदलून त्याऐवजी अर्थ प्रधानता आली आणि त्यातूनच भ्रष्टाचार वाढला. अशाप्रकारे व्यक्तिवादी विचारसरणीतून भ्रष्टाचारास चालना मिळाली.

८) कायद्याची कमकुवत अंमलबजावणी :

भ्रष्टाचारासंबंधी शासनाने अनेक कायदे केले आहेत. भ्रष्टाचार करणाऱ्यांना पकडण्यासाठी यंत्रणाही निर्माण केल्या आहेत; परंतु या कायद्याची अंमलबजावणी व्यवस्थित होत नाही. भ्रष्टाचार करणारे बहुतेक लोक एकमेकांना अप्रत्यक्षपणे मदत करतात. शासकीय यंत्रणा त्यांना प्राप्त झालेल्या अधिकारांचा पूर्ण वापर करीत नसल्याने भ्रष्टाचारी लोकांचा वर्ग कायम राहतो. काही वेळेला कायद्याची अंमलबजावणी करणारेच भ्रष्टाचारात सहभागी झालेले असतात.

९) कडक शिक्षा नसणे :

बऱ्याच वेळा शासकीय खात्यात भ्रष्टाचारी कर्मचाऱ्यांना मुद्देमालासह पकडले जाते; परंतु त्यावेळी त्यांना कडक शिक्षा न करता केवळ त्यांची बदली करण्यावर भर दिला जातो. भ्रष्टाचारात सापडूनही शिक्षा होत नाही. त्यामुळे भ्रष्टाचार करण्यात काहीच हरकत नाही अशी प्रवृत्ती बनत जाते. भ्रष्टाचाराचे सामूहिक स्वरूप पुराव्याअभावी निर्दोष मुक्तता करणे किंवा नाममात्र दंड करणे यामुळे भ्रष्टाचारी प्रवृत्ती कमी न होता तिला उत्तेजन मिळत असते. भ्रष्टाचारी लोकांना जर शासनाने कडक शिक्षा केली तर भ्रष्टाचारी प्रवृत्ती कमी होण्यास त्याची मदत होईल.

१०) वाढती लोकसंख्या :

भारतीय समाजात इतर प्रगत राष्ट्रांच्या तुलनेत लोकसंख्येचे प्रमाण प्रचंड वाढलेले आहे. वाढत्या लोकसंख्येमुळे नोकरदारांचा पुरवठा मागणीपेक्षा वाढला आहे. त्यामुळे बेरोजगारीचा प्रश्न निर्माण झाला आहे. हिच स्थिती शाळा, महाविद्यालयात प्रवेश मिळण्यात देखील झाली आहे. त्याचप्रमाणे वाढत्या लोकसंख्येमुळे कुटुंबाचा आकार व गरजा देखील वाढल्या आहेत. या गरजांची पूर्तता करण्यासाठी भ्रष्टाचाराचा मार्ग राजरोसपणे अवलंबिला जात आहे.

११) कर पद्धती :

राज्यकारभाराचा गाडा हाकण्याकरिता शासनाकडून विविध कर आकारले जातात. या कर पद्धतींची झळ सर्वांनाच कमी-अधिक प्रमाणात सोसावी लागते. त्यामुळे कर चुकविण्याच्या विविध पळवाटा शोधल्या जातात. त्यामुळे प्रत्यक्षात अधिक पैशाचे व्यवहार असले तरी कागदोपत्री कमी पैशाची कागदपत्रे दाखविणे, खासगी उत्पन्न शासनाला न दाखविणे, शासनाला कर न देता बिनहिशेबी पैसा जमा करणे इत्यादी प्रकारे भ्रष्टाचार केला जातो. तसेच व्यावसायिक व व्यापारी हे भरपूर उत्पन्न असूनही अत्यल्प उत्पन्न दाखवून कर चुकवितात तर तिकीट लावून पगार घेणाऱ्या नोकरदार वर्गाकडून आधीच कर कापून घेतला जातो. त्यामुळे कर पद्धतीतील ही विषमता भ्रष्टाचारास कारणीभूत ठरते.

१२) लोकशाही निवडणुका :

भारतात लोकशाही शासनव्यवस्थेचा स्वीकार करण्यात आलेला आहे. त्यामुळे लोकशाही शासनव्यवस्थेतील निवडणुका या मोठ्या प्रमाणात भ्रष्टाचारास कारणीभूत ठरतात. कारण लोकप्रतिनिधी म्हणून निवडून गेलेली प्रत्येक व्यक्ती आपल्या स्थानावरून सत्तेचा, अधिकाराचा दुरुपयोग करून काळा पैसा गोळा करण्याचा गोरखधंदा चालवीत असल्याचे निदर्शनास येते. निवडणुकीच्या वेळी खर्च करण्यात आलेला पैसा व्याजासह अधिक पटीने भरून काढणे हा मुख्य उद्देश समोर ठेवूनच लोकप्रतिनिधी राजरोसपणे भ्रष्टाचार करतात.

१३) सामाजिक परिस्थिती :

भ्रष्टाचाराची समस्या ही दुहेरी समस्या आहे. भ्रष्टाचाराच्या प्रमुख कारणांमध्येच सामाजिक परिस्थितीचा देखील समावेश होतो. समाजातील अवैध कामात गुंतलेले लोक मोठ्या प्रमाणात भ्रष्टाचारास आमंत्रण देत असतात. तसेच समाजातील वाढती स्पर्धा व त्या स्पर्धेची आत्यंतिकता भ्रष्टाचारास प्रवृत्त करणारी आहे. त्यासाठी व्यक्ती स्वत: भ्रष्टाचाराचा मार्ग अवलंबिते आणि दुसऱ्यासही भ्रष्टाचाराचा मार्ग अवलंबिण्यासाठी प्रवृत्त करते.

४.२.५ भ्रष्टाचार निवारणासाठी उपाययोजना :

सामान्य माणसे, बुद्धिवंत, चारित्र्यनिष्ठ माणसे, समाजाबद्दल कणव असणारी माणसे, विद्यार्थी, युवक, गृहिणी, भ्रष्टाचाराच्या विळख्यात अडकत असतात. त्यामुळे या सर्वसामान्यांचे जीवन अक्षरश: भरडून निघते. म्हणूनच भारतीय समाजात विविध समस्यांचा उद्भव करणाऱ्या आणि सामान्य माणसाचे जीवन उद्ध्वस्त करू पाहणाऱ्या या भ्रष्टाचाराचे निवारण करण्यासाठी भ्रष्टाचाराच्या कारणांचा शोध घेऊन त्यावर उपाययोजना म्हणून त्यासाठी प्रतिबंधात्मक, दंडात्मक आणि सुधारात्मक अशा त्रिविध स्वरूपाच्या उपाययोजनांचा विचार केला गेला आहे. या उपाययोजनांमुळे काही प्रमाणात का होईना भ्रष्टाचारास आळा बिसला आहे.

अ) भ्रष्टाचार निवारणासाठीच्या उपाययोजना :

भ्रष्टाचार निवारणासाठी करण्यात आलेल्या उपाययोजना पुढीलप्रमाणे सांगता येतील :

१) प्रतिबंधात्मक उपाय :

भारतीय भ्रष्टाचार प्रामुख्याने राजकीय व प्रशासकीय क्षेत्रात आढळून येतो. त्यामुळे भ्रष्टाचार निवारणासाठी करण्यात आलेल्या उपाययोजनेनुसार या दोन्ही क्षेत्रातील जबाबदार व्यक्तींचे अधिकार व कर्तव्य याबाबत स्पष्ट, नि:संदिग्ध भाषेत व कडक स्वरूपाचे नियम असणे आवश्यक ठरते. उदा. संबंधित व्यक्तींनी आपली मालमत्ता जाहीर करणे, मंत्र्यांनी मंत्रीपदावर असताना कोणत्याही प्रकारचा व्यापार, उद्योग करू नये, जवळचे नातेवाईक सोडून इतरांकडून भेटवस्तू, बक्षिसे घेऊ नयेत इत्यादी बाबींचे पालन करणे बंधनकारक असावे. तर प्रशासकीय क्षेत्रातील अधिकारी व कर्मचारी आवश्यक ते गुणवत्ताधारी, शिस्त व निष्ठा असणारे असावेत. त्यांच्या अधिकाराच्या व जबाबदारीच्या सीमारेषा स्पष्ट असाव्यात. याखेरीज प्रशासकीय क्षेत्रातील अधिकारी, नोकर यांची निवड करताना योग्य निकष लावण्यात यावेत. त्याबरोबरच पुरेसे वेतन आणि आवश्यक त्या सवलती देण्यात याव्यात. तसेच ही व्यक्ती स्वच्छ आणि जनहिताची काळजी घेणारी, न्याय प्रवृत्तीची असावी.

२) दंडात्मक उपाय :

भारतातील भ्रष्टाचाराचे निवारण करण्यासाठी करण्यात आलेल्या विविध उपाययोजनांमध्ये दंडात्मक उपाययोजना देखील करण्यात आल्या आहेत. भ्रष्टाचाराचे वाढते स्वरूप लक्षात घेता या समस्येची सर्वांगीण चौकशी करण्याच्या दृष्टीने भ्रष्टाचाराविरोधी आयोग १९६२ मध्ये नेमण्यात आले आहेत. त्यानुसार एखाद्यावर भ्रष्टाचाराचे आरोप केले जाऊन ते सकृतदर्शनी खरे वाटले, तर त्याची न्यायालयीन चौकशी करण्यात येते. ही न्यायलयीन चौकशीची पद्धत स्पष्टपणे सोपी-सुटसुटीत असावी. कारण भ्रष्टाचारी व्यक्तीस शिक्षा झाली तर तिचा प्रभाव या व्यक्तीबरोबरच इतरांवरही जाणवतो. यामुळे आपोआपच भ्रष्टाचारास आळा बसतो.

३) सुयोग्य शिक्षण :

सार्वजनिक क्षेत्रातून भ्रष्टाचाराचे समूळ उच्चाटन करण्यासाठी देशातील तरुणांना उपयुक्त आणि सुयोग्य शिक्षण देणे अतिशय महत्त्वाचे ठरते. कारण नैतिक शिक्षणातून भ्रष्टाचाराला पायबंद घालणे अधिक सुलभ होईल, ज्यामुळे विविध कार्यालये, संस्था, संघटना यातील भ्रष्टाचार निर्मूलनास मदत होते. तसेच या सुयोग्य शिक्षणातून जीवनविषयक मूल्ये, प्रामाणिकपणा, सत्य, अहिंसा, कर्तव्यनिष्ठा इत्यादी बाबी व्यक्तीच्या मनावर बिंबवल्या जातात. अशी व्यक्ती आपसूकच भ्रष्टाचारापासून परावृत्त होते.

४) केंद्रीय सतर्कता आयोग :

भ्रष्टाचार निर्मूलनासाठी नेमण्यात आलेल्या संथानम समितीच्या शिफारशीनुसार १९६४ साली शासनाने केंद्रीय सतर्कता आयोगाची स्थापना केली आहे. या सतर्कता आयोगाचे काम केंद्राप्रमाणे राज्य जिल्हा पातळीवर

चालते. या आयोगाची निर्मिती राष्ट्रपतींकडून होते व त्याची मुदत ६ वर्षे असते. सनदी सेवेतील अधिकाऱ्यांवर भ्रष्टाचाराचा आरोप घेतला गेला व त्याने भ्रष्टाचार केला असला तर त्याची चौकशी करणे, जनतेने भ्रष्टाचार, लाचलुचपत याबाबत केल्या तक्रारीची चौकशी करणे, भ्रष्टाचार होणार नाही याबाबत प्रतिबंधक कार्य करणे, प्रशासकीय कार्यात समन्वयता साधणे, प्रशासकीय कार्यपद्धतीत सुधारणांबाबत शिफारशी करण्यावर या आयोगाने भर दिला आहे.

५) **कायदेशीर तरतुदी :**

व्यापार आणि उद्योग इत्यादी क्षेत्रात कायद्याचे उल्लंघन करून आपली कामे करवून घेण्यासाठी मंत्री आणि अधिकाऱ्यांना लाच देण्याचे प्रकार राजरोसपणे चालतात. काळा बाजार, भेसळ करणाऱ्यांना कोणतीही शिक्षा न करता सोडून दिले जाते. उद्योजकांनाही कर बुडविण्यात अप्रत्यक्षपणे अधिकारी प्रोत्साहन देत असतात आणि त्या बदल्यात आपला स्वार्थ साधतात. या सर्व बाबी लक्षात घेऊन व्यापार आणि उद्योग या क्षेत्रात भ्रष्टाचार करणाऱ्यांना शिक्षेची तरतूद करण्यासंबंधी परिणामकारक कायद्यांची निर्मिती करण्यावर भर दिला आहे.

६) **पोलीस खात्यात सुधारणा :**

पोलीस खात्यातील भ्रष्टाचार म्हणजे कुंपणानेच शेत खाण्याचा प्रकार आहे. या खात्यात सर्वाधिक प्रमाणावर भ्रष्टाचार चालत असल्याने शासनाने त्याची चौकशी करण्यासाठी अनेक चौकशी समित्या नेमल्या आहेत. समाजविघातक घटकांना पाठीशी घालून भ्रष्टाचारास आमंत्रण देणाऱ्या पोलीस खात्यात सुधारणा होणे गरजेचे आहे. कारण पोलीस खाते जागरूक असेल तर आपसूकच भ्रष्टाचारास आळा बसेल.

७) **मंत्रालयातील सतर्कता संघटन :**

संथानम समितीच्या शिफारशीनुसार प्रत्येक शासकीय खात्यातील कार्यात संघटन, एकात्मता व कार्यक्षमता वाढविण्यासाठी केंद्रीय सतर्कता संघटना (Vigilance Organisation in Ministery) स्थापन करण्याची सूचना करण्यात आली आहे. प्रत्येक खात्याच्या प्रमुख सचिवाला मुख्य सतर्कता अधिकारी (Chief Vigilance Officer) हा हुद्दा देण्यात यावा. त्यामुळे केंद्रीय सतर्कता आयोग व संबंधित खाते यांच्यात संबंध साधणारी साखळी निर्माण होईल व भ्रष्टाचारास आळा घालण्याचे काम सुलभ व प्रभावी होईल. अशा प्रकारे प्रत्येक मंत्रालयात मुख्य सतर्कता अधिकाऱ्याद्वारे भ्रष्टाचार निर्मूलनाचे कार्य प्रभावीपणे व सुसंघटितपणे होण्यास मदत होते.

८) **केंद्रीय अन्वेषण विभाग :**

१९६३ साली केंद्रीय अन्वेषण विभाग म्हणजे सी.बी.आय (Central Bureau of Investigation) ची स्थापना करण्यात आली आणि विशेष पोलीस आस्थापना (Special Police Establishment) हा विभाग सी.बी.आय.चा एक भाग मानण्यात येऊ लागला. महत्त्वाच्या गुन्ह्यांबरोबरच राज्य पातळीवरील सेवक वर्गाकडून होणाऱ्या भ्रष्टाचाराची, सार्वजनिक उद्योगातील भ्रष्टाचाराची चौकशी सी.बी.आय.कडे सोपविली जाते. सी.बी. आाय. केंद्रीय सतर्कता आयोगाच्या नियमानुसार काम करते. मात्र आजघडीस सी.बी.आय.चे स्वातंत्र्य मर्यादित करण्यात आले आहे, तसेच त्यांना खात्याच्या प्रमुखाची परवानगी घेतल्याशिवाय भ्रष्टाचाराची वा भ्रष्टाचारी व्यक्तीची चौकशी करता येत नाही.

९) **लोकपाल व लोकायुक्त विधेयक :**

प्रशासकीय सुधार आयोगाने १९६६ साली भ्रष्टाचाराच्या निर्मूलनार्थ राज्यस्तरावर लोकायुक्ताची व केंद्रीय स्तरावर लोकपालाची नियुक्ती करण्याची सूचना केली होती. त्यानुसार आतापर्यंत १० राज्यात लोकायुकत ही

संस्था स्थापन करण्यात आली आहे. राज्यातील मंत्री, सचिव अशा उच्चस्तरीय लोकप्रतिनिधी, अधिकाऱ्यांवर भ्रष्टाचाराचे आरोप झाले असता लोकायुक्त या अधिकाऱ्यांनी निर्भीडपणे, निःपक्षपातीपणे चौकशी करावी अशी सूचना करण्यात आली आहे. अशाच कार्यासाठी केंद्रीय स्तरावर लोकपालाने कार्य करावे अशी सूचना करण्यात आली आहे.

१०) **निवडणूक आयोग** :

भ्रष्टाचाराचे एक कारण म्हणजे भारतातील निवडणुका आहेत. त्यातील भ्रष्टाचारावर प्रभावी प्रतिबंध घालण्यासाठी घटनेनेच कार्यक्षम व कर्तव्यकठोर निवडणूक आयोगास अनेक अधिकार दिले आहेत. टी.एन. शेषन यांसारख्या कर्तव्यकठोर निर्वाचन आयोग प्रमुखाने आपल्या अधिकाराचा अधिकात अधिक निःपक्षपातीपणाने वापर करून आचारसंहिता लागू करून निवडणुकीतील भ्रष्टाचारावर प्रभावी आळा घातला आहे.

ब) **अन्य उपाययोजना** :

भ्रष्टाचार निवारणासाठीच्या अन्य उपाययोजना पुढीलप्रमाणे सांगता येतील :

१) **भ्रष्टाचारविरोधी आंदोलन** :

भारतातील भ्रष्टाचार निवारणासाठी लोकांमध्ये जनजागृती घडवून आणणे आवश्यक आहे. त्यासाठी प्रामुख्याने भ्रष्टाचारविरोधी आंदोलन उभारून केवळ कुणाचेही नाव न घेता भ्रष्टाचाऱ्यांची साखळी, संगनमताने भ्रष्टाचार करणारे अधिकारी, व्यावसायिक, राजकारणी यांची दुष्कृत्ये उघड पाडणे आवश्यक आहे. त्यासाठी लोकशाहीवर विश्वास ठेवणाऱ्या कार्यकर्त्यांनी, सर्वसामान्यांनी, विचारवंतांनी जनमतांचा प्रचंड रेटा भ्रष्टाचाराच्या विरोधात उभा केला पाहिजे.

२) **सार्वजनिक व्यवहार जाणून घेण्याचा हक्क** :

भ्रष्टाचाराचा अन्याय सहन करणे म्हणजे भ्रष्टाचाराला चालना देण्यासारखे आहे. त्यामुळे आपला हक्क व जाणिवांविषयी जागरूक असणाऱ्यांनी भ्रष्टाचारास विरोध केला पाहिजे. सार्वजनिक कामासाठी उपलब्ध निधीचा हिशोब जाणून घेण्याचा अधिकार जनतेला आहे. या संदर्भात 'मजदूर किसान शक्ती संघटना' चे कार्य महत्त्वाचे आहे.

३) **कार्यक्षम शासनव्यवस्था** :

भारतातील भ्रष्टाचाराचे निर्मूलन करायचे असेल तर कार्यक्षम शासनव्यवस्थेची स्थापना करणे आवश्यक आहे. शासकीय कर्मचारी व राज्यकर्ते यांच्यावर भ्रष्टाचाराची उपाययोजना नि:संदिग्ध होण्यासाठी भ्रष्टाचाराची नेमकी व्याख्या केली पाहिजे. भ्रष्टाचाराच्या निर्मूलनासाठी प्रशासनाने सर्वसामान्यांच्या गरजा लक्षात घेऊनच पूर्वव्यवस्था, साधे नियम करणे आवश्यक आहे. कारण प्रशासन व्यवस्था व त्यातील नियम हे साधे सुटसुटीत असतील तर भ्रष्टाचाराला वावच मिळणार नाही. तसेच शासनाने भ्रष्टाचारांच्या तक्रारीबाबत चौकशीचा वेळकाढू घोळ न घालता त्वरित उपाययोजना केली पाहिजे.

४) **औद्योगिक क्षेत्रातील सुधारणा** :

आधुनिक काळात यंत्रयुगाने भ्रष्टाचाराला उत्तेजित केले आहे. यंत्रयुगाचा सर्वाधिक प्रभाव औद्योगिक क्षेत्रावर जाणवतो. त्यामुळे औद्योगिक क्षेत्रातील बनवेगिरी, भेसळ करणे, फसवणूक, काळाबाजार, करचुकवेगिरी, खोटे दस्ताऐवज बनविणे, खोटे हिशोब इत्यादी बाबींना आळा घालण्यासाठी शासनाने कडक कायदे करावेत व त्याची अंमलबजावणी करावी, जेणेकरून भ्रष्टाचारास आळा निर्माण होण्यास मदत होते.

४.३ लोकपाल किंवा ओम्बुड्समन :

प्रशासकीय उत्तरदायित्वात वाढ घडवून आणण्यासाठी 'लोकपाल' ही यंत्रणा महत्त्वाची मानली जाते. प्रशासनात वाढत जाणारा भ्रष्टाचार, लाचलुचपत, सत्तेचा गैरवापर या घटकांवर पायबंद घालण्यासाठी 'लोकपाल' ही यंत्रणा आवश्यक आहे. प्रशासकीय अधिकाऱ्यांच्या विरोधात जनतेच्या काही तक्रारी असतात, त्या तक्रारींचे निवारण होणे आवश्यक असते. त्यामुळे लोकपाल ही यंत्रणा निर्माण करून जनतेच्या तक्रारींची दखल घेतली जाऊ शकते व प्रशासनास अधिक उत्तरदायी बनविले जाऊ शकते. आधुनिक काळात प्रशासकीय पारदर्शकता निर्माण करण्याच्या दृष्टीने लोकपाल यंत्रणेस महत्त्व प्राप्त होत आहे. पुढील मुद्यांच्या आधारे त्याचा आढावा घेता येईल:

अ) लोकपाल अर्थ :

प्रशासनाच्या कृतीविरूद्ध आणि निर्णयाविरूद्ध नागरिकांच्या तक्रारी ऐकण्यासाठी आणि त्यांचे निवारण करण्यासाठी नियुक्त केलेल्या शासकीय अधिकाऱ्यास लोकपाल असे म्हणतात. स्वीडन, नॉर्वे, डेन्मार्क या देशात अशा शासकीय अधिकाऱ्याला जार्लीवीारप (ऑम्बुडसमन) असे म्हणतात. प्रशासनाविरोधातील नागरिकांच्या तक्रारींची दखल घेणारी यंत्रणा म्हणून 'लोकपाल' या घटकाचा उल्लेख केला जातो.

ब) 'लोकपाल' संज्ञेचा उगम :

लोकपाल ही संकल्पना सर्वप्रथम स्वीडनमध्ये सुरू झाली. न्यायालये आणि तत्सम संस्था याकडून जनतेच्या गाऱ्हाण्यांचे, तक्रारींचे निवारण होऊ शकत नाही. म्हणून स्वीडनच्या कायदेमंडळाने 'ऑम्बुडसमन' या अधिकाऱ्याची नेमणूक केली. १८ व्या शतकाच्या सुरूवातीला स्वीडनमध्ये 'लोकपाल' ही संस्था सुरू झाली. स्वीडनच्या लोकपालाची निवड चार वर्षांसाठी केली जाते. तो सरकारला जबाबदार रहात नाही. स्वीडनमध्ये नागरिक व सैनिक या संबंधीच्या प्रश्नांची चौकशी करण्यासाठी दोन वेगवेगळे ऑम्बुडसमन आहेत. सर्वसाधारण न्यायालये व प्रशासकीय न्यायाधिकरण यांनी दिलेल्या निर्णयात तो फेरबदल करू शकत नाही. तो शासनाच्या कोणत्याही विभागातून माहिती मागवू शकतो, कागदपत्रे पाहू शकतो. तसेच तो न्यायाधीश व शासकीय अधिकारी यांच्या कार्यावर नियंत्रण, देखरेख ठेऊ शकतो.

क) 'लोकपाल' संज्ञेचा विकास :

स्वीडनने अस्तित्वात आणलेली ऑम्बुडसमन ही यंत्रणा पुढील काळात वेगवेगळ्या देशांनी स्विकारली. नॉर्वे, फिनलॅन्ड, न्यूझीलॅन्ड, डेन्मार्क, इंग्लंड इत्यादी देशातही ऑम्बुडसमनची नियुक्ती करण्यात आली आहे. १९०९ साली फिनलॅन्डमध्ये, १९५३ साली डेन्मार्कमध्ये, १९६१ साली न्यूझीलॅन्डमध्ये आणि १९६३ साली नॉर्वेमध्ये लोकपाल ही यंत्रणा निर्माण करण्यात आली. १९६७ साली इंग्लंडच्या पार्लमेंटमध्ये ऑम्बुडसमन कायदा संमत झाला व पार्लमेंटरी कमिशनर हे पद लोकपालाच्या धर्तीवर नियुक्त करण्यात आले. म्हणजेच जनतेच्या प्रशासनाविरोधातील तक्रारींची दखल घेण्यासाठी विविध देशांनी लोकपाल यंत्रणा निर्माण केली आहे.

ड) भारतातील लोकपाल :

भारतात लोकपाल हे पद निर्माण करण्यासाठी विविध प्रयत्न झाले. मात्र, अद्यापही भारतात लोकपाल ही यंत्रणा निर्माण झालेली नाही. १९६६ च्या प्रशासकीय सुधारणा आयोगाने भारतात लोकपाल पद्धतीचा स्वीकार केला जावा असे सुचविले होते. त्यानुसार १९७१ साली संसदेत पहिल्यांदा लोकपाल विधेयक मांडण्यात आले. त्यानंतरही बऱ्याच वेळेस लोकपाल विधेयक संसदेत मांडण्यात आले. मात्र, ते संमत होऊ शकले नाही. लोकपालाची अधिकारकक्षा ठरविण्यावरून अनेक मतभेद असलेले दिसून येतात. आजच्या काळात प्रशासनातील वाढता भ्रष्टाचार लक्षात घेऊन भारतात लोकपाल यंत्रणा निर्माण केली जावी यासाठी मोठ्या प्रमाणावर जनआंदोलने झालेली दिसतात. त्यामुळे लोकपाल विधेयक पुन्हा संसदेत मांडण्यात आले आहे.

ई) लोकपाल यंत्रणेचे महत्त्व :

भारतासारख्या विकसनशील देशांच्या दृष्टीने लोकपाल यंत्रणा महत्त्वाची मानली जाते. प्रशासनातील वाढता भ्रष्टाचार विचारात घेता त्यावर नियंत्रण प्रस्थापित करण्यासाठी लोकपालाची आवश्यकता आहे. शासकीय अधिकारी आपल्या अधिकाराचा गैरवापर करून मोठ्या प्रमाणावर भ्रष्टाचार घडवून आणतात. त्यांच्या या गैरकृत्याची योग्य प्रकारे चौकशी केली जात नाही. सर्वसामान्य जनतेला या प्रशासकीय भ्रष्टाचारास मोठ्या प्रमाणावर बळी पडावे लागते. अशा परिस्थितीत जनतेच्या प्रशासनाविरोधातील तक्रारींची दखल घेणे आवश्यक ठरते. त्यामुळे लोकपाल या शासकीय अधिकाऱ्याची नियुक्ती करून त्यास व्यापक अधिकार देणे आवश्यक आहे.

फ) लोकपालची कार्ये :

लोकपाल कार्यालयाची स्थापना प्रशासकीय प्रक्रियांमध्ये पारदर्शकता, उत्तरदायित्व आणि निष्पक्षता राखण्यासाठी केली गेली आहे आणि ही उद्दिष्टे साध्य करण्यासाठी ते काही अधिकार आणि कार्ये चालवते. अधिकार व कार्ये हे अधिकार क्षेत्र आणि लोकपालच्या विशिष्ट आदेशानुसार बदलतात. खाली मुख्य अधिकार आणि कार्ये आहेत जी सामान्यतः लोकपाल कार्यालयाशी संबंधित आहेत :

१) तक्रारींची चौकशी :

लोकपालच्या प्राथमिक कार्यांपैकी एक म्हणजे सरकारी संस्था, संघटना किंवा यंत्रणांकडून अन्यायकारक वागणूक, गैरप्रशासन किंवा अधिकाराचा दुरुपयोग झाल्याचा दावा असलेल्या व्यक्ती किंवा गटांच्या तक्रारींची तपासणी करणे. लोकपाल तक्रारीची कसून तपासणी करतो, पुरावे गोळा करतो आणि न्याय्य तोडगा काढण्याचा प्रयत्न करतो.

२) मध्यस्थी आणि संघर्ष निराकरण :

लोकपाल तक्रारदार आणि संबंधित अधिकारी यांच्यात मध्यस्थ म्हणून काम करतो. संवाद आणि वाटाघाटी सुलभ करून, लोकपाल विवादांवर परस्पर सहमतीपूर्ण उपाय शोधण्याचा प्रयत्न करतो, औपचारिक कायदेशीर कार्यवाहीची गरज टाळतो आणि सौहार्दपूर्ण ठरावांना प्रोत्साहन देतो.

३) शिफारसी :

तपासणीच्या निष्कर्षांवर आधारित लोकपालास अन्याय सुधारण्यासाठी, प्रणालीगत समस्यांचे निराकरण करण्यासाठी आणि प्रशासकीय प्रक्रिया सुधारण्यासाठी शिफारसी करण्याचा अधिकार आहे. या शिफारशींमध्ये भविष्यात तत्सम समस्या उद्भवू नयेत यासाठी धोरणे, कार्यपद्धती किंवा पद्धतींमध्ये बदल समाविष्ट असू शकतात.

४) पारदर्शकता आणि जबाबदारी :

कायदे, नियम आणि नैतिक मानकांचे पालन करण्यासाठी निर्णय, कार्यपद्धती आणि पद्धती तपासून लोकपाल प्रशासकीय कृती पारदर्शक आणि जबाबदार असल्याची खात्री करतो. हे कार्य सत्तेचा दुरुपयोग रोखण्यास मदत करते आणि सरकारी संस्थांवरील सार्वजनिक विश्वास वाढवते.

५) माहितीमध्ये प्रवेश :

लोकपालांना अनेकदा त्यांच्या तपासाशी संबंधित माहिती आणि कागदपत्रांमध्ये प्रवेश करण्याचा अधिकार असतो, जरी अशी माहिती अन्यथा गोपनीय मानली जात असली तरीही. हे अधिकार सुनिश्चित करतात की लोकपाल पुराव्याची कसून तपासणी करू शकतो आणि माहितीपूर्ण निर्णय घेऊ शकतो.

६) पद्धतशीर पुनरावलोकन :

वैयक्तिक तक्रारींच्या पलीकडे, प्रशासकीय अन्यायात योगदान देणारे नमुने, प्रवाह आणि पद्धतशीर समस्या ओळखण्याचा अधिकार लोकपालाकडे आहे. या अंतर्निहित समस्यांचे निराकरण करून लोकपालाचे उद्दिष्ट भविष्यातील तक्रारी टाळणे आणि संस्थांच्या एकूण कार्यप्रणालीत वाढ करण्याचे आहे.

७) कायदेशीर कारवाईसाठी शिफारसी :

ज्या प्रकरणांमध्ये लोकपाल चुकीचे किंवा कायद्याचे उल्लंघन केल्याचा पुरावा उघड करतो, ते जबाबदार व्यक्ती किंवा संस्थांवर कायदेशीर कारवाई करण्याची शिफारस करू शकतात. हे सुनिश्चित करते की गंभीर गुन्ह्यांना योग्य कायदेशीर माध्यमांद्वारे योग्यरित्या संबोधित केले जाते.

८) निष्पक्षता आणि समानतेचा प्रचार :

लोकपाल काही विशिष्ट गट किंवा व्यक्तींविरुद्ध धोरणे आणि पद्धती भेदभाव करतात की नाही हे तपासून प्रशासकीय निर्णयांमध्ये निष्पक्षता आणि समानतेला प्रोत्साहन देते. हे कार्य प्रशासकीय कृतींमुळे लोकसंख्येच्या कोणत्याही विभागाचे अन्यायकारक नुकसान होणार नाही याची खात्री करण्यात मदत करते.

९) जागरूकता आणि शिक्षण :

लोकपाल व्यक्तींचे हक्क, लोकपालाची भूमिका आणि तक्रारींचे निवारण कसे करावे याबद्दल जागरुकता निर्माण करण्यासाठी अनेकदा पोहोच आणि शैक्षणिक क्रियाकलापांमध्ये व्यस्त असतात. लोकांना शिक्षित करणे नागरिकांना नोकरशाही प्रक्रियेशी प्रभावीपणे जुळवून घेण्यास सक्षम बनविण्यात मदत करते.

१०) अहवाल सादरीकरण :

लोकपाल त्यांच्या तपासणीचे अहवाल, निष्कर्ष आणि शिफारशी संबंधित अधिकारी, सरकारी संस्था किंवा कायदेमंडळ यांना सादर करू शकतात. हे अहवाल धोरणकर्ते आणि कायदेकर्त्यांना प्रशासकीय प्रणाली सुधारण्यासाठी आणि प्रणालीगत समस्यांचे निराकरण करण्यासाठी मौल्यवान अंतर्दृष्टी प्रदान करतात.

४.४ भारतातील लोकपाल :

जगातील काही देशांत एकोणिसाव्या शतकाच्या सुरुवातीलाच लोकपाल ही संकल्पना आली होती. सरकारी यंत्रणेतील भ्रष्टाचाराला आळा घालण्यासाठी स्वीडनमध्ये प्रथम ही यंत्रणा आली. ऑम्बुडसमॅन या नावाने त्याची सुरुवात झाली. स्वीडनसह काही देशांत यामुळे भ्रष्टाचार कमी झाल्याचे आढळून आले. अद्यापही तेथे ही यंत्रणा परिणामकारक आहे. भारतात १९६७ च्या सुमारास ही संकल्पना आली. ब्रिटनमधील उच्चायुक्त एल. एम. सिंघवी यांनी ती प्रथम मांडली. त्यानुसार १९६८ मध्येच यासंबंधीचे पहिले विधेयक मांडले गेले. १९६९ मध्ये लोकसभेत ते मंजूर झाले, मात्र राज्यसभेत नामंजूर झाले. त्यानंतरही अनेकदा हे विधेयक मंजूर करण्याच्या त्या त्या वेळच्या सरकारांनी प्रयत्न केला, मात्र ते होऊ शकले नाही.

अ) अण्णा हजारे यांचे आंदोलन व विधेयकास मंजुरी :

हजारे यांनी यात लक्ष घातल्यानंतर त्याची देशभर चर्चा झाली. हजारे यांचे २०११मधील आंदोलन लोकपालची सार्वत्रिक चर्चा घडवून आणणारे ठरले. डिसेंबर २०११मध्ये लोकसभेत हे विधेयक आणण्यात आले. सरकार बदलल्यानंतर त्यात पुन्हा बदल करण्यात आले. त्यासाठी समिती नियुक्त करून त्यात सुधारणा करण्यात आल्या. शेवटी डिसेंबर २०१३ मध्ये संसदेत हे विधेयक मंजूर झाले. त्यावर राष्ट्रपतींची सही झाल्यानंतर कायद्यात रूपांतर झाले. मात्र, अंमलबजावणी रखडली. त्यासाठी पुन्हा आंदोलने झाली. शेवटी लोकसभा निवडणुकीच्या तोंडावर आंदोलने आणि कोर्टाच्या दणक्यामुळे लोकपालची प्रलंबित प्रक्रिया पूर्ण करण्यात आली. निवृत्त न्यायमूर्ती पिनाकी घोष यांची भारताचे पहिले लोकपाल म्हणून नियुक्ती करण्यात आली. त्यांचा शपथविधीही झाला. लोकपाल मंडळ नियुक्त करण्यात आले. आता नियमावली आली की प्रत्यक्ष कामकाज सुरू होईल. राज्यात लोकायुक्तांची नियुक्ती प्रक्रिया सुरू होईल.

ब) लोकपालांची कार्ये :

लोकपालाची कार्ये पुढील मुद्द्यांच्या आधारे जाणून घेता येतील::

१) केंद्रीय मंत्री, सचिव, व प्रशासकिय अधिकारी यांच्या कार्याविरूद्ध येणाऱ्या आरोपांची व तक्रारींची चौकशी करणे आणि त्यासंबंधी निर्णय देणे.

२) प्रशासनातील सनदी सेवकांच्या अकार्यक्षमतेवर व गैरवर्तनावर लक्ष ठेवणे.

३) मंत्री, सचिव प्रशासकिय अधिकारी पातळीवरील भ्रष्टाचार, लाचलुचपत आणि दप्तर दिरंगाईची चौकशी करून त्यांचे निर्णय घेणे.

४) सामान्यत: नागरी सेवेतील अधिकाऱ्याकडून सत्तेचा गैरवापर होऊन इतरांवर अन्याय झाला तर त्यांचे निवारण करण्याचा अधिकार लोकपालाना असतो.

५) लोकपालाना आपल्या दरवर्षीच्या कार्याचा अहवाल लोकसभेला सादर करावा लागतो.

६) महालेखापरीक्षक, लोकसेवा आयोग अध्यक्ष, निवडणूक आयुक्त आणि कायदे मंडळाचे प्रतिनीधी यांची भ्रष्टाचाराविषयी चौकशी करण्याचे कार्य लोकपालांना करावे लागते. एकूणच लोकपाल भ्रष्टाचाराला आळा घालून लोकशाही प्रक्रिया निकोप, स्वच्छ व सुदृढ करण्याचा प्रयत्न करतो.

क) लोकपाल कक्षेबाहेरील विषय :

१) भारत सरकार व परराष्ट्र शासन किंवा आंतरराष्ट्रीय संघटना किंवा राज्यशासन यांच्याकडून झालेले व्यवहार, नियम, कायदे याबाबत सर्व कृती.

२) गुन्ह्याचा तपास करण्याच्या हेतुने केलेली कृती किंवा पारपत्राच्या संदर्भात करण्यात आलेल्या कारवाईसह संरक्षण करण्याच्या हेतुने केलेली कृती.

३) नेमणूका, पदच्चूती, वेतन, शिस्त, निवृती व अन्य सेवकविषयक बाबीच्या संदर्भात केलेल्या कृती.

४) पारितोषिक आणि सन्मानांच्या प्रदाना संबंधी चौकशी, कृती करण्याचा अधिकार.

५) कोणत्याही खटल्याविरूद्ध न्यायालयाने दिलेल्या निर्णयाविरूद्ध चौकशी करण्याचा अधिकार.

६) तक्रारीच्या तारखेपूर्वी १२ महिने आधि घेण्यात आलेला अन्यायकारक प्रशासकीय निर्णय इत्यादी संबंधी कृती करण्याचा अधिकार.

ड) भ्रष्टचार निर्मूलनाची यंत्रणा :

भ्रष्टाचाराला आळा घालण्यासाठी लोकपाल ही प्रभावी यंत्रणा ठरावी, असा याचा उद्देश आहे. भ्रष्टाचाराच्या यादीत १८० देशांत भारत ७८ व्या क्रमांकावर आहे. यात सुधारणा करण्यासाठी अशी प्रभावी यंत्रणा हवीच होती. लोकपाल आल्यानंतर यात सुधारणा होईल याच अपेक्षेने ही संस्था आणली आहे. भ्रष्टाचाराच्या विरोधात काम करणाऱ्या विद्यमान यंत्रणांच्या तुलनेत ही काहीशी वेगळी आणि जादा अधिकार असलेली यंत्रणा आहे. पंतप्रधान (खरे तर माजी पंतप्रधान) ते चतुर्थ श्रेणी कर्मचारी अशा सर्व पातळीवरील सरकारी कर्मचारी, लोकसेवक यांच्यासंबंधीच्या तक्रारींची लोकपाल चौकशी करू शकतो. एक लोकपाल आणि आठ सदस्य अशी देशपातळीवर रचना आहे. गरजेनुसार त्यांचे राज्यनिहाय बेंच स्थापन करण्याची, त्यासाठी अन्य सरकारी अधिकारी-कर्मचारी यांची सेवा घेण्याची तरतूद यामध्ये आहे. त्यामुळे ही संस्था अधिकाधिक लोकाभिमुख आणि तक्रार करण्यास सुलभ करण्यासाठीची दक्षता नियमावलीत घ्यावी लागणार आहे.

इ) लोकपालाची स्वायत्तता :

लोकपालचे अधिकार आणि स्वायत्तता हे वेगळेपण आहे. दिवाणी कोर्टाप्रमाणे अधिकार असलेली ही संस्था थेट सरकारच्या नियंत्रणात नाही. केवळ चौकशीच नव्हे, तर तथ्य आढळले तर संबंधितांच्या संपत्तीवर टाच

आणण्याचा अधिकार लोकपालला आहे. हा सर्वांत प्रभावी ठरणारा अधिकार आहे. तक्रार खोटी निघाली, तर तक्रारदारालाही दंड करण्याची तरतूद यात आहे. दप्तर दिरंगाई टाळण्यासाठी कालमर्यादा ठरवून देण्यात आली आहे. आलेल्या तक्रारींचा एक वर्षांत निपटारा करावा लागणार आहे. लोकपाल म्हणजे कोणी एक माणूस, कोणी एक हुकूमशाह नसेल. तर ते एक मंडळ असणार आहे. त्याची निवडही सर्वसमावेशक निवड मंडळामार्फत होणार आहे.

ड) कायद्यातील पळवाटा :

अर्थात कोणत्याही कायद्याचे असते, तसेच हे लोकपालचे दिसणारे स्वरूप आहे. अंमलबजावणीच्या पातळीवर यातील किती तरतुदी मोकळेपणाने वापरल्या जातात, किती नियमांचे काटेकोर पालन केले, किती पळवाटा शोधल्या जातात, यावर सारे अवलंबून आहे. काही उदाहरणे पाहू. भ्रष्टाचाराच्या तक्रारी आल्यानंतर संबंधित लोकसेवकाने जमविलेली बेकायदा मालमत्ता जप्त करण्याचा अधिकार लोकपाल कायद्यात आहे. असा अधिकार आतापर्यंत अशी प्रकरणे हाताळणाऱ्या यंत्रणांना नव्हता. सरकारी अधिकाऱ्यांना संपत्ती जाहीर करण्याची अट आहे. मध्यंतरी त्यांच्या कुटुंबीयांच्या नावावरील संपत्तीही जाहीर करणे आवश्यक होते. मात्र, यासंबंधीच्या कलम ४४ मध्ये दुरुस्ती करून फक्त स्वत:चीच संपत्ती जाहीर करण्याचे बंधन ठेवले. लोकपालच्या कलम २९ मध्ये बेकायदा संपत्ती जप्तीचे अधिकार असले, तरी अशी संपत्ती शोधून काढण्याचे आव्हान असेल. यात अनेक पळवाटा शोधण्यात भ्रष्ट अधिकारी पटाईत असतात. इतरही काही तरतुदींमध्ये पळवाटांना संधी शोधली जाऊ शकते.

इ) लोकपालाची परिणामकारकता :

लोकपालच्या बाबतीत प्रकरणे निकाली काढण्यासाठी कालमर्यादा ठरवून दिलेली आहे. मात्र, लोकपालचे कामकाज आपल्याच सरकारी यंत्रणेवर बरेचसे अवलंबून राहणार आहे. अशा परिस्थितीत कालमर्यादा पाळण्याचे आव्हान कितपत पेलवले जाते, हे येणाऱ्या काळातच कळू शकेल. आपल्याकडील कोर्ट, ग्राहकमंच, लाचलुचपत प्रतिबंधक विभाग, सीबीआय अशा अनेक यंत्रणांकडे प्रलंबित असलेली प्रकरणे पाहिली, तर याचा अंदाज येईल. ग्राहकांना झटपट आणि सुलभ न्याय मिळावा म्हणून ग्राहक संरक्षण कायदा आला. त्यातून ग्राहकमंच सुरू झाले. त्यांना खटले निकाली काढण्यासाठी ९० दिवसांची कालमर्यादा घालून देण्यात आली. प्रत्यक्षात या ग्राहकमंचाची, राज्य आणि केंद्रीय ग्राहक आयोगाची काय स्थिती आहे? हजारो प्रकरणे तेथे प्रलंबित आहेत. अशीच अवस्था माहिती अधिकार कायद्याची आहे. यातून लोकांना सुलभ माहिती मिळण्याची सोय झाली. मात्र, माहिती देण्यास टाळाटाळ करण्याच्या असंख्य पळवाटा यंत्रणेने शोधल्या. त्यामुळे अपिलांची संख्या वाढली. तेथे प्रकरणे वर्षानुवर्षे प्रलंबित राहू लागली. राज्य माहिती आयोगाच्या जागाही रिक्त असल्याने काही ठिकाणी तर कामकाजही ठप्प झाले. त्यामुळे निकाल मिळण्यासाठी प्रदीर्घ काळ प्रतीक्षा करावी लागते. विशेष म्हणजे शेवटी निकाल काय मिळतो, तर 'संबंधित अधिकाऱ्यांनी तक्रारदाराला विनामूल्य माहिती द्यावी.' फारच कमी प्रकरणात माहिती नाकारणाऱ्या अधिकाऱ्यांना दंड होतो. अशी अवस्था असेल तर या कायद्याचा, या यंत्रणेचा वचक कसा बसणार? तक्रार करण्यासाठी तरी कोण पुढे येणार? अशीच अवस्था लाचलुचपत प्रतिबंधक विभागाची आहे. तोही कायदा प्रभावी असला, तरी अंमलबजावणीच्या पातळीवर अनेक अडचणी आहेत. तेथेही चौकशी आणि दोषारोपपत्र दाखल करण्याच्या पातळीपासूनच दिरंगाई सुरू होते. सरकारी कार्यालयांतील कामे वेळेत व्हावीत यासाठी दप्तर दिरंगाई कायदा आहे, तो तर आता नागरिकांना आठवतही नसेल.

३.५ लोकायुक्त :

भारतात लोकपाल या पदास पूरक अशा पदाची निर्मिती करण्यात आली आहे, त्यास लोकायुक्त असे म्हणतात. लोकपाल हा अधिकारी संपूर्ण देशाच्या दृष्टीने जे कार्य पार पाडतो, ती कार्ये लोकायुक्ताद्वारे एखाद्या विशिष्ट घटकराज्याच्या संदर्भात पार पाडली जातात. घटकराज्याच्या प्रशासनासंदर्भात नागरिकांच्या ज्या तक्रारी असतील त्यांची दखल लोकायुक्त घेत असतो. त्यामुळे भारतात लोकपाल या यंत्रणेची कमतरता भरून काढण्याच्या दृष्टीने लोकायुक्त ही यंत्रणा महत्त्वाची आहे. लोकायुक्त ही यंत्रणा एखाद्या विशिष्ट घटक राज्याअंतर्गत कार्यरत असते. पुढील मुद्यांच्या आधारे त्याचा आढावा घेता येईल :

अ) लोकायुक्त–अर्थ :

घटकराज्यातील नागरिकांकडून मंत्री व शासकीय अधिकारी यांच्या विरोधातील तक्रारीची दखल घेऊन त्यांचे निवारण करण्यासाठी नियुक्त केलेल्या शासकीय अधिकाऱ्यास 'लोकायुक्त' असे म्हणतात. आत्तापर्यंत भारतात दहा घटकराज्यात लोकायुक्त ही यंत्रणा निर्माण करण्यात आली आहे. लोकायुक्त व उपलोकायुक्त कायदा संमत करणारे महाराष्ट्र हे पहिले घटकराज्य आहे. महाराष्ट्रात १९७१ रोजी हा कायदा संमत करण्यात आला. पुढील काळात अनेक घटकराज्यांनी लोकायुक्त हे पद निर्माण केले.

ब) लोकायुक्तांची नियुक्ती :

लोकायुक्ताची नियुक्ती संबंधित राज्याच्या राज्यपालाकडून केली जाते. राज्यपालाच्या सहीने उच्च न्यायालयाचा उच्च न्यायाधीश, विरोधी पक्षनेता किंवा सभापतीच्या संमतीने लोकायुक्ताची नियुक्ती होत असते. सूत्रे हाती घेण्यापूर्वी त्याला आपल्या पदाची शपथ घ्यावी लागते. लोकायुक्ताच्या सल्ल्याने उपलोकायुक्तांची नेमणूक केली जाते. लोकायुक्ताची नियुक्ती पाच वर्षांसाठी केली जाते.

क) लोकायुक्ताचे वेतन व सवलती :

वेतन, भत्ते, पदच्युती, सेवानिवृत्ती वेतन याबाबतीत लोकायुक्ताचा दर्जा राज्याच्या उच्च न्यायालयाच्या मुख्य न्यायाधिशाप्रमाणे असतो. लोकायुक्ताला दरमहा नऊ हजार रूपये वेतन याशिवाय इतर भत्ते व सवलती दिल्या जातात. लोकायुक्ताच्या वेतनाचा खर्च राज्य सरकारच्या संचीत निधीतून केला जातो. राज्य विधिमंडळ कायदा करून लोकायुक्ताच्या वेतनात व सवलतींमध्ये बदल घडवून आणू शकते.

ड) लोकायुक्ताची बडतर्फी :

लोकायुक्ताने गैरवर्तन केले वा अकार्यक्षमता दर्शविली तर राज्यपाल त्याला पदावरून दूर करू शकतात. त्यापूर्वी लोकायुक्ताच्या गैरवर्तनाची वा अकार्यक्षमतेची चौकशी सर्वोच्च न्यायालयाच्या न्यायाधीशांकडून व्हावी लागते. या चौकशीला विधिमंडळाच्या दोन्ही सभागृहांची संमती मिळावी लागते. म्हणजेच न्यायाधिशाच्या महाभियोगाप्रमाणेच लोकायुक्तास बडतर्फ करण्यासाठी विशिष्ट पद्धतीचा स्वीकार केला जातो.

ई) लोकायुक्ताची कार्ये :

लोकायुक्त हे पद घटक राज्यातील भ्रष्टाचार निर्मूलन करण्यासाठी निर्माण करण्यात आलेले आहे. त्याचबरोबर घटक राज्यातील नागरीकाकडून मंत्री, सचिव, व शासकीय अधिकारी यांच्याविरुद्ध केलेल्या तक्रारीचे निवारण करण्याचे कार्य लोकायुक्ताकडून केले जाते. सर्वसाधारण लोकायुक्ताला नागरी सेवेतील अधिकारी व राजकीय व्यक्ती, मंत्री यांच्याकडून होणारा सत्तेचा गैरवापर, अन्याय, भ्रष्टाचार आणि गैरवर्तन यासारख्या कृत्यांच्या निवारणासाठी काम करावे लागते. लोकयुक्तांना सर्वसाधारण पुढील कार्ये करावी लागतात.

१) प्रशासनातील भ्रष्टाचाराच्या तक्रारींचे निवारण करणे आणि भ्रष्टाचार थांबवणे.

२) सनदी सेवकांचे जनतेवरील अन्याय व जुलूमांच्या तक्रारींचे निवारण करणे.

३) व्यापार, शेती, आरोग्य, पोलीस, शिक्षण, पाटबंधारे, संरक्षण व बांधकाम इत्यादी संबंधीत खात्यांच्या गैरकारभारासंबंधी चौकशी करणे.

४) प्रशासनातील अकार्यक्षम, गैरवर्तनी सेवकांची चौकशी करणे व त्याला पदच्यूत करणे.

५) प्रशासकीय अधिकारी व शासनकर्ते यांच्यातील गैरवर्तनाची चौकशी करणे.

६) सार्वजनिक पैसा सार्वजनिक हितासाठी वापरतात की नाही याची चौकशी करणे.

७) लोकपाल स्वतःहून वाटल्यास किंवा वर्तमान पत्रातील बातम्या वाचून त्यांच्या गैरव्यवहाराची व गैरकृत्याची दखल घेवू शकतात.

८) मंत्र्यांची गैरकारभारासंबंधी चौकशी करण्याचा अधिकार लोकायुक्तांना आहे. इत्यादी कार्ये लोकायुक्ताला करावी लागतात.

इ) लोकायुक्ताची कार्यपद्धती :

लोकायुक्ताच्या कार्यपद्धतीत पुढील घटकांचा सामावेश होतो :

१) तक्रारींचे निवारण :

घटक राज्यातील नागरिकांकडून मंत्री व शासकीय अधिकारी यांच्याविरूद्ध केलेल्या तक्रारींचे निवारण करण्याचे कार्य लोकायुक्ताकडून पार पाडले जाते. नागरी सेवेतील अधिकाऱ्यांकडून सत्तेचा गैरवापर होऊन इतरांवर अन्याय किंवा भ्रष्टाचार झाला, चारित्र्यहनन यासारखे दुष्कृत्य घडले, तर त्या संबंधीच्या तक्रारींचे निवारण करण्याचे कार्य लोकायुक्त पार पाडतो. सनदी सेवा, व्यापार, शेती, पोलीस, आरोग्य, शिक्षण, पाटबंधारे, सार्वजनिक बांधकाम इत्यादी खात्यातील अधिकाऱ्यांबाबत जेव्हा भ्रष्टाचाराच्या किंवा गैरकारभाराच्या तक्रारी येतात. तेव्हा त्या तक्रारींची दखल घेऊन त्यांचे निवारण लोकायुक्त करतो.

२) चौकशी व तपास :

तक्रारींचे निवारण करण्यासाठी लोकायुक्त चौकशी व तपास ही कार्ये पार पाडतो. लोकायुक्त स्वतःहून एखाद्या गैरकृत्याची दखल घेऊन त्याची चौकशी करू शकतो. तसेच वर्तमानपत्रातील बातम्या वाचून काही गैरव्यवहारांबाबत व गैरकृत्यांबाबत लोकायुक्त दखल घेऊ शकतो. लोकायुक्तांना तपास व चौकशी गुप्त पद्धतीने करावी लागते. तक्रार करणाऱ्या व ज्याच्या विरोधात तक्रार आहे अशा दोन्ही व्यक्तींची ओळख गुप्त ठेवावी लागते. तपासाचा विषय सार्वजनिक स्वरूपाचा असेल तरच त्यासंबंधी उघडपणे चौकशी व तपास करता येतो.

३) शिफारसी करणे :

तक्रारींची चौकशी आणि तपास केल्यानंतर भ्रष्टाचार व अन्याय दूर करण्यासाठी लोकायुक्त योग्य अशी शिफारस सक्षम अधिकाऱ्याकडे करतो. सक्षम अधिकाऱ्याने शिफारसीप्रमाणे योग्य ती कारवाई केली तर तो प्रश्न तेथेच संपतो. मात्र, सक्षम अधिकाऱ्याने दिलेला प्रतिसाद फारसा समाधानकारक नसेल, तर लोकायुक्त त्यासंबंधीचा अहवाल राज्यपालाकडे पाठवितो. राज्यपाल हा अहवाल विधिमंडळापुढे चर्चेसाठी ठेवतो.

सरावासाठी प्रश्न

प्र. १. दीर्घोत्तरी प्रश्न.

१) सुशासन म्हणजे काय? सुशासनाचे निकष आणि वैशिष्टये सांगा.

२) सुशासनाचे महत्व स्पष्ट करा.

३) भ्रष्टाचार म्हणजे काय? भ्रष्टाचाराची कारणे सांगा.

४) भ्रष्टाचार निर्मुलनाच्या उपाययोजना सविस्तरपणे विशद करा.

५) लोकपाल किंवा ऑम्बुडसपन याबाबत विवेचन करा.

६) भारतातील लोकपाल यंत्रणेची माहिती सांगा.

७) लोकायुक्त म्हणजे काय? लोकायुक्ताची कार्ये व कार्यपध्दती स्पष्ट करा.

प्र. २. टीपा लिहा.

१) सुशासन.

२) भ्रष्टाचाराची कारणे.

३) भ्रष्टाचार निर्मुलनाच्या उपाययोजना.

४) लोकपाल.

५) लोकायुक्त.

NOTES

www.ingramcontent.com/pod-product-compliance
Lightning Source LLC
LaVergne TN
LVHW082046051026
849532LV00011B/3503
* 9 7 8 8 1 1 9 1 8 0 8 8 2 *